महाराष्ट्रातील संत-परंपरा

डॉ. आरती दातार

डायमंड पब्लिकेशन्स

महाराष्ट्रातील संत-परंपरा
डॉ. आरती दातार

प्रथम आवृत्ती : जानेवारी २०१०
पुनर्मुद्रण : २०२३

ISBN : 978-81-8483-236-5

अक्षरजुळणी
डायमंड पब्लिकेशन्स, पुणे

मुखपृष्ठ
शाम भालेकर

प्रकाशक
डायमंड पब्लिकेशन्स
२६४/३ शनिवार पेठ, अनुग्रह अपार्टमेंट
ओंकारेश्वर मंदिराजवळ, पुणे-४११ ०३०
☎ ८६०००१०४१६
info@dpbooks.in

ऑनलाईन पुस्तक खरेदीसाठी भेट द्या
www.dpbooks.in

मनोगत

भारतात आध्यात्मिक विचारांच्या दोन परंपरा आहेत. एक आचार्य परंपरा आणि दुसरी संत परंपरा. आपला महाराष्ट्र ही संतांची पवित्र, पावन भूमी आहे. या भूमीत जन्माला आलेल्या समाजाला संतांपासून संस्कारक्षम शाश्वत मूल्यांचा खजिना मिळाला. संस्कारांचा संपन्न वारसा या भूमीनं मराठी मनाला दिला. त्यामुळे मराठी मनाचा कणा ताठ झाला. आपल्या महाराष्ट्रात संत परंपरेची मौक्तिकमाला आहे. महाराष्ट्राच्या मातीला संतत्त्वाचा सुगंध आहे. संत ही कुणी एखादी व्यक्ती नाही, तर संतत्त्व ही वृत्ती आहे. महाराष्ट्राच्या पावन भूमीत जन्मलेल्या प्रत्येकाला आपण भाग्यवान आहोत याचा आनंद, अभिमान वाटतो.

संत म्हणजे साक्षात देव. संत म्हणजे इहलोकी वावरणारी ईश्वराची प्रतिमा. संतांच्या विभूती जगाच्या कल्याणासाठी असतात. संत सहवासाची आस प्रत्येक मनाला असते. 'दे हरि संतपदाची जोड। संतसमागमे आत्मसुखाचा उगवे मोड।'. संतांच्या आशीर्वादामुळे संकटांवर मात करण्याचं सामर्थ्य प्राप्त होतं, पारमार्थिक आनंदाची प्राप्ती होते. म्हणून तर तुकाराममहाराज म्हणतात, 'न लगे मुक्ती धनसंपदा। संतसंग येई घरा।' जगाच्या कल्याणासाठी विधात्यानं संतांना इहलोकी पाठविलेलं असतं. 'जगाच्या कल्याणा संतांच्या विभूती। देह झिजविती उपकारे।' हे संतांचे मुख्य लक्षण.

प्रेम, करुणा, माणुसकी, नैतिकता यांच्या पायावर समाजाची उभारणी हवी. ही संतांची तळमळ प्रत्येक काळात आवश्यक आहे. संतांनी मानवतावादाची गुढी उभारली. संतमार्ग हा प्रेमाचा मार्ग आहे. उत्तम, संपन्न जीवनासाठी प्रेम व माणुसकी हवी. संतांनी आपल्या आचरणातून मानवी मूल्यांचा केलेला विचार आदर्श आहे. या आदर्शामुळे महाराष्ट्राच्या लोकजीवनावर उत्तम संस्कार झाले. संतांनी माणसाच्या माणुसकीला प्रतिष्ठा मिळवून दिली. आपल्या सहवासात आलेल्या आर्तांचं दुःख समजून घेऊन, ते दुःख

लडिवाळपणे नाहीसं करणं हा संतांचा सहजधर्म. दया, क्षमा, माया, शांती यांचा डोह त्यांच्या पोटात असतो.

जे का रंजले गांजले। त्यांसी म्हणे जो आपुले।
तोचि साधु ओळखावा। देव तेथेंचि जाणावा।।

दुसऱ्याच्या दुःखाने संत हळहळतात; पण सुखी असावं ही त्यांची प्रार्थना. 'बुडती हे जन। न देखवे डोळा।। ही खरी संतवृत्ती. संत कधी एकाच जागी वास्तव्य करीत नाहीत. 'हे विश्वचि माझे घर' ही त्यांची व्यापक वृत्ती. संतपण केवळ वाणीत नसतं तर ते कृतीतून साकार होतं. 'ऐसी कळवळ्याची जाती। करी लोभाविण प्रीती।' अशी निःस्वार्थी वृत्ती संतांची नित्य असते. जनसेवा हीच संतांची ईश्वरसेवा. 'जनी जनार्दन' हा त्यांचा सहज भाव. सर्वांच्या हृदयाशी आपलं अंतःकरण जोडणं म्हणजे संतत्त्व. सर्वजण माझे आहेत आणि मी सगळ्यांचा आहे ही अनुभूती येणं म्हणजे संतत्त्व. गंगेच्या पाण्यासारखं निर्मळ, पवित्र असं मन या संतांचं असतं. 'बोले तैसा चाले। त्याची वंदावी पाऊले।' ही नीतीची शिकवण आपल्याला आपल्या आचरणातून मिळते. संत म्हणजे नीतिमूल्यांची प्रत्यक्ष मूर्तीच. तो निःस्पृह, दयाळू, दृढ मनोनिग्रह असणारा, सर्व प्राणिमात्रांचे कल्याण चिंतिणारा, 'स्वरूपी' स्थिर अलौकिक शांती असणारा, सदैव प्रसन्नचित्त, कार्यरत तरीही उपाधींपासून मुक्त असा असतो. खरंच संत म्हणजे परीस, संत म्हणजे दिव्य ज्योती. अवघं जीवन परमेश्वराला अर्पण करावं तेव्हा संतत्त्व येतं. संत बोलतात तेव्हा अक्षरशः प्रेम पाझरतं.

संत समाजापुढील आदर्श असतात. त्यामुळे या आदर्शांचं जीवन समजून घ्यावं असा ध्यास प्रत्येक मनाला हवा. या आदर्शांचं अनुकरण करण्याची प्रेरणा मिळायला हवी. या सतांनी लोकोद्धाराचे केवढे प्रचंड कार्य केलं आहे, याची जाण प्रत्येकाच्या मनात हवी. संतांच्या वाटेनं जाण्याची ओढ समाजमनाला लागली पाहिजे. आज सुखासीन झालेला समाज पैसा, प्रतिष्ठा, वासनापूर्ती यांच्या भोवऱ्यात अडकला आहे. साध्यासुध्या सुखदुःखांनी हा समाज विचलित होत आहे. विज्ञानयुगात भौतिक सुखसमाधानांची विपुलता आहे. सृष्टीवर विजय संपादणारा माणूस नित्य धास्तावलेला आहे. या धास्तावलेल्या समाजमनाला सद्सद्विवेकबुद्धीचा दीप दाखविण्याचं काम संत करू शकतात, कारण संतांचे संतपण त्याच्या कार्यात आहे. अनासक्त माणूस लोकोद्धाराचं केवढं प्रचंड कार्य करू शकतो याचं मूर्तिमंत उदाहरण म्हणजे आपली महाराष्ट्रातील परंपरा!

खरंच आपले संत म्हणजे देवाचं रूप! आपल्या मनाला 'नित्य नवा दीस जागृतीचा' अशी शिकवण देणारे संत महान आहेत. संतांचा अनुभव म्हणजे चिन्मयाचं

स्फुरण! आपले संत त्यांच्या कर्तृत्त्वामुळे, चारित्र्यसंपन्नतेमुळे, गुणांमुळे, कार्यामुळे अमरपदाला गेले. आपला महाराष्ट्र ही संतांची जन्मभूमी, कार्यभूमी व पुण्यभूमी आहे. या पवित्र प्रेमळ मातीच्या स्पर्शानं पावन झालेली संतमंडळी म्हणजे आपल्या संस्कृतीचे कळस! संतचरित्रं, संतवचन, संतसहवास म्हणजे प्रेमाची, सुखाची सोबत. मानवता विशाल होण्यासाठी आपले संत आपल्याला माहिती हवेत. माणूस कितीही प्रतिष्ठित असला तरी नम्रता, साधेपणा, आदरभाव, नि:स्वार्थी बुद्धी, आनंदी-समाधानी वृत्ती, प्रेम, तडजोड, विश्वबंधुत्त्वाची भावना यासारख्या असंख्य मूल्यांची नितांत गरज आहे. यासाठी संतसहवास हवा. संतसहवासामुळे आपल्या दैवी संपत्तीत वाढ होईल. 'अखंडित संतसंग। तेथे काय सुखा उणे मग।'

महाराष्ट्राची धार्मिक व सांस्कृतिक भूमी अत्यंत समृद्ध व संपन्न आहे. या भूमीचा इतिहास अलौकिक आहे. याचं कार्य लोकोत्तर आहे. या कार्यात असंख्य धर्मांचा व धर्मसंप्रदायांचा मोलाचा सहभाग आहे. धर्मसंप्रदायाचा विचार करताना या संप्रदायातील अनेक संतांचं कार्य, कर्तृत्त्व, चरित्र समजून घेतलं तर मनाला स्वर्गीय आनंद होतो. या आनंदासाठी महाराष्ट्रातील नाथ संप्रदाय, वारकरी संप्रदाय, महानुभाव संप्रदाय, दत्त संप्रदाय, समर्थ संप्रदाय आणि या संप्रदायांना समृद्धी आणणारे काही संत व त्यांचा परिचय 'महाराष्ट्राची संतपरंपरा' या पुस्तकात करून घेणार आहोत. महाराष्ट्रातील संतपरंपरेची कामगिरी बहुमूल्य आहे. लोकोद्धाराचे प्रचंड कार्य या संतांनी केलं आहे. हे संत म्हणजे चालते-बोलते ईश्वर! या ईश्वराच्या दर्शनानं मन तृप्त होतं, शांतीचा अनुभव येतो, कृतकृत्य मन म्हणतं...

काय मानू मी संतांचे उपकार।
मज नित्य जागविती।।

डॉ. आरती दातार

लेखकपरिचय

डॉ. आरती दातार

निवृत्त मराठी विभागप्रमुख, आबासाहेब गरवारे महाविद्यालय, पुणे

* तीस वर्षांचा अध्यापनाचा अनुभव.
* संतसाहित्य हा प्रेमाचा विषय.
* 'महाराष्ट्र विद्या मंडळ' या शिक्षणसंस्थेची मानद चिटणीस.
* 'नेस्पा' या संघटनेची उपाध्यक्ष.

लेखन

'साहित्याने मला काय दिले?' – संपादन

४० थोर साहित्यिकांच्या मुलाखतींवर आधारित

'व्यायाम प्रत्येकासाठी'–या पुस्तकाचे शब्दांकन. वारकरी संतांची गोष्टीरूप चरित्रं.

२५० हून अधिक लेख – वृत्तपत्र, मासिके, स्मरणिका, अभ्यासखंड इ.

व्याख्याने – संतचरित्रांवर आधारित व्याख्याने, प्रवचने, ५०० हून अधिक.

पुरस्कार

* एम्. फिल्च्या प्रबंधाला डॉ. सुहासिनी लद्दू पुरस्कार
* आदर्श शिक्षक पुरस्कार
* जागतिक मराठा चेंबर ऑफ कॉमर्स तर्फे जागतिक महिला वर्षाच्या निमित्ताने उल्लेखनीय कार्य करणारी महिला पुरस्कार.
* अभ्यास वर्ग – दासबोध, मनाचे श्लोक, तुकाराम गाथा, नामदेव गाथा इ.
* डॉ. मो. स. गोसावी अमृत महोत्सवी समारंभात, प्रदीर्घ सेवा जीवनाचा गौरव व सत्कार. समाजसेवाव्रती अनुबंधी दांपत्य पुरस्कार.
* नैनिताल येथील हिमालयन सेंटर फॉर वन, श्री अरविंद आश्रम येथील शिबिरात – विशेष व्याख्याती म्हणून निमंत्रण.
  विषय – श्रीयोगी अरविंद चरित्र व तत्त्वज्ञान.

अनुक्रमणिका

नाथसंप्रदाय

नाथपंथ हा भारतीय संस्कृतीचा एक प्रधान निर्गुण पंथ आहे. या पंथाभोवती गूढतेचं वलय असल्यामुळे नाथपंथाच्या विस्ताराला स्वभावत:च मर्यादा पडल्या. नाथपंथीयांचं ब्रह्मचर्य व त्यांची योगसाधना सामान्य माणसाच्या धारणेपलीकडची होती. तीर्थयात्रेसारख्या गोष्टी या संप्रदायात निषिद्ध मानल्यामुळे समाज यापासून लांब गेला. कठोर ब्रह्मचर्य, वाक्संयम, शारीरिक शौच, मानसिक शुद्धी, ज्ञाननिष्ठा इ. गोष्टींवर या संप्रदायाचे प्रवर्तक गोरक्षनाथ यांनी विशेष भर दिला. हा संप्रदाय हठ्योगाला व नानाविध मुद्रांना महत्त्व देतो.

नाथपंथाची उपासना व आचार अत्यंत अवघड असला तरी हिंदूधर्मसंस्कृतीच्या रक्षणासाठी नाथपंथाचं योगदान मात्र अलौकिक आहे. भारतातच केवळ नाही तर नेपाळ, तिबेटमध्ये नाथपंथ व नाथ पूजनीय आहेत. बौद्ध धर्मातील उपासनापद्धतीतही नाथपंथाच्या उपासना आहेत. असं असूनसुद्धा आज नाथपंथ सर्वसामान्यांसाठी दिसत नाही. नाथांनी लोककल्याणासाठीच अवतार घेतले.

नाथपंथीय उपासना ही धग आहे. तुमच्यातलं वाईट या उपासनेमुळे नक्की जळणारच, चटके बसणारच. माणूस जर सच्छील असेल तर नाथांसारखा दुसरा पाठीराखा नाही. आदिनाथ व आदिशक्ती यांची भक्ती केली की नाथांना प्रसन्न करता येतं. आदिनाथ हे त्यांचे गुरू आणि आदिशक्ती श्री सप्तश्रृंगीनिवासिनी यांची आई. हे दोघं प्रसन्न झाले की नाथ आपोआप प्रसन्न होतात. या सप्तश्रृंगनिवासिनीच्या पायाशी, वणीच्या गडावर तिच्या आशीर्वादाने नाथपंथाचा उदय झाला.

मच्छिंद्रनाथांनी नाथपंथाची मुहूर्तमेढ वणीला घातल्यावर आठ नाथांनी अवतार घेतले.

'गोरक्ष, जालंदर, चर्पटाश्च,
अड्बंगकानीफमच्छिन्द्राद्या:।
चौरंगिरेवाणकभार्त्रेसंज्ञा:।
भूम्यां बभू वु र्नवनाथसिद्धा:।।

या प्रसिद्ध श्लोकानुसार गोरक्ष, जालंदर, चरपटी, अडभङ्गी, कानिफ, मच्छिंद्र, चौरंगी, रेवणसिद्ध, भर्तृहरी हे नऊ नाथ होत.

हा संप्रदाय केवळ महाराष्ट्रपुरता मर्यादित न राहता भारतीय पातळीवर पसरला आहे. हा एकेश्वरवादी संप्रदाय असून शिव ही त्यांची उपास्यदेवता आहे. जे पिंडात आहेते ब्रह्मांडात आहे. जीवनातील चैतन्यानं विश्वचैतन्याशी एकरूप होऊन 'सामरसीकरण' साधलं पाहिजे. हे या संप्रदायाचं तत्त्वज्ञान आहे. योगसाधनेचा पुरस्कार या पंथाने केला. कुंडलिनी जागृत करून ती ब्रह्मरंध्रातून पार करावी व समाधीच्या अवस्थेचा अपूर्ण प्रत्यय द्यावा, हे जीवनाचं अंतिम उद्दिष्ट आहे, असं नाथ संप्रदाय सांगतो. श्री ज्ञानदेवांचे ज्येष्ठ बंधू श्री निवृत्तीनाथ हे नाथ संप्रदायी असून आदिनाथ, मत्स्येंद्रनाथ, गोरक्षनाथ, गहिनीनाथ, निवृत्तीनाथ अशी या संप्रदायाची परंपरा मानली जाते ही परंपरा श्री ज्ञानदेवांपर्यंत येते.

– मत्स्येंद्रनाथ –

आदिनाथ शिवानंतर मच्छिंद्रनाथांचेच स्थान नाथपंथात महत्त्वाचे मानले जाते. मच्छ वा मत्स म्हणजे चित्तवृत्तीची चंचलता, त्याला छेद देणारा व मन – चित्त – इंद्रियांना पूर्णत: जिंकणारा तो मच्छन्द. मच्छन्द हा आत्मसाक्षात्कारी प्रज्ञावंत आहे. मत्स्य वा मच्छ म्हणजे प्रज्ञा.

स्कंद पुराण, नारद पुराण, शंकरदिग्विजय, नाथलीलामृत, भक्तिविजय इत्यादी ग्रंथांत मत्स्येद्रनाथांची कथा वर्णिलेली आहे. काहींच्या मते ते कैवर्त (कोळी) कुळातले असावेत.

भारतीय लोकमानसात मच्छिंद्रनाथ नि गोरखनाथ या गुरुशिष्यांविषयी कमालीचा आदर आहे. एक महान योगी अशी मच्छिंन्द्रांची ख्याती आहे. त्यांच्याविषयीचा आदर आणि त्यांच्या योगसिद्धीविषयीच्या कल्पना यांतून दंतकथांचे आणि पुराणकथांचे जाळे निर्माण झालेले आहे.

मच्छिंद्रनाथांच्या आख्यायिकातून चंद्रद्वीपाचा उल्लेख होतो, काहींच्या मते ते कोलकात्याच्या दक्षिणेचे सुंदरबन असावे तर काहींच्या मते ते आसामच्या पहाडी प्रदेशात असावे.

अनेक संशोधक त्यांना आठव्या किंवा नवव्या शतकातले मानतात, तर डॉ. रा. चिं. ढेरे ह्यांनी मच्छिंद्रनाथांचा काळ इ.स.चे १०वे शतक असे सिद्ध केलेले आहे. त्यांचे ग्रंथ असे – कौलज्ञाननिर्णय, अकुलवीरतंत्र, कुलानंदतंत्र, ज्ञानकलिका, कामाख्यगुह्यसिद्धी, अकुलागमतंत्र, कुलार्णवतंत्र, कौलोपनिषद, कौलावलीनिर्णय, तसेच

योगविषयक ग्रंथ आणि स्फुटे. नेपाळच्या शासकीय ग्रंथालयात बरेच ग्रंथ उपलब्ध आहेत.

मच्छिंद्रनाथांना साऱ्या भारतभर आदराचे स्थान आहे; पण नेपाळमधले नेवार आणि गुरखा लोक त्यांना विशेष मानतात, असे भारतीय संस्कृतिकोशात म्हटलेले आहे

– जालंदरनाथ –

(इ. स. १० वे ते ११ वे शतक) कुरुकुलात बृहद्रव नावाचा एक राजा होऊन गेला. त्याने एकदा हस्तिनापुरी सोमयाग करायला प्रारंभ केला. पूर्वी शंकराने आपल्या तृतीय नेत्रातील प्रलयाग्नीने मदनाला जाळले होते. त्यानंतर तो मदन अग्नीच्या उदरात वाढायला लागला. तेव्हा त्या गर्भात अंतरिक्ष नारायणाने संचार करून तो गर्भ त्या सोमयागाच्या अग्निकुंडात टाकून दिला. पूर्णाहुती झाल्यानंतर यज्ञकुंडातील विभूती घेण्यासाठी पुरोहितांनी कुंडात हात घातला. तेव्हा त्यांच्या हाताला एक मुलगा लागला. त्याचे रडणेही त्यांना ऐकू आले. ही गोष्ट पुरोहिताने राजाला सांगितली.

राजाच्या आज्ञेने पुरोहिताने त्या मुलाला यज्ञकुंडातून बाहेर काढले. त्या मुलाला पाहून बृहद्रव राजाला आनंद झाला. त्याने तो मुलगा आपल्या सुरोचना राणीच्या स्वाधीन केला. याला पाहताच राणीला पान्हा फुटला. राजाने त्या मुलाच्या बारशाचा कार्यक्रम केला. तो अग्निज्वालेपासून निर्माण झाला म्हणून त्याचे नाव जालंधर ठेवले. तो मोठा झाल्यावर त्याला साक्षात दत्तात्रेयापासून मंत्रोपदेश मिळाला. नंतर यात्रा करीत करीत जालंधर बंगालमध्ये गेला. त्या ठिकाणी गोपीचंद राजाची आई मैनावती ही त्याची शिष्या झाली. मैनावतीने गोपीचंदालाही जालंधरांचे शिष्यत्व पत्करायला सांगितले. पण गोपीचंदाने आपली राणी लुमावती हिच्या बदसल्ल्यानुसार जालंधरांना एका खड्ड्यात पुरून टाकले. पुढे कानिफनाथांच्या उपदेशामुळे गोपीचंदाला आपल्या कृत्याचा पश्चात्ताप झाला. त्याने जालंधराला खड्ड्यातून बाहेर काढले. नंतर गोपीचंद त्याचा शिष्य झाला.

जालंधर हा मत्स्येंद्रनाथांचा गुरुबंधू होता. नवनाथांमधील मत्स्येंद्र – गोरक्षांप्रमाणे हा थोर सत्पुरुष आहे.

– गोरक्षनाथ –

एकदा श्री मच्छिंद्रनाथ अयोध्येजवळील जयश्री नावाच्या गावात एका ब्राह्मणाच्या घरी भिक्षा मागण्यासाठी गेले होते. घरातील स्त्रीने मोठ्या आदराने त्यांच्या झोळीत भिक्षा घातली. त्या स्त्रीचा उदासीन चेहरा पाहून त्यांनी तिला उदासीनतेचे कारण

विचारले. संतानप्राप्ती नसल्यामुळे ती उदासीन असल्याचे त्यांना समजले. मत्स्येंद्रनाथांनी तिच्या हातावर विभूती दिली. ''विभूती भक्षण कर'', असे सांगून ते निघून गेले. शेजारणीने तिला विभूती खाण्यापासून वंचित केले. त्या स्त्रीने ती विभूती रस्त्यावर टाकून दिली. बारा वर्षांनंतर मत्स्येंद्रनाथ परत त्याच घरी येऊन बारा वर्षांच्या मुलाची चौकशी करू लागले. तेव्हा ती स्त्री घाबरली. तिने घडलेला सारा प्रकार श्री मत्स्येंद्रनाथांना सांगितला. श्री मत्स्येंद्रनाथ त्या स्त्रीला घेऊन उकिरड्यावर गेले. त्यांनी अलख हा शब्द उच्चारताच एक तेजस्वी बालक त्या ठिकाणी प्रकट झाले. त्या बालकाने सर्वांना वंदन केले. हे बालक पुढे गोरक्षनाथ म्हणून नावारूपाला आले.

श्री मत्स्येंद्रनाथांनी या बालकाला आपल्याबरोबर नेले. त्याच्याकडून योगाभ्यासाची व गुरूपादिष्ट मार्गांची साधना करून घेतली. योगबळामुळे त्यांना चिरंजीवित्व प्राप्त झाले होते. ते कवीही होते. नेपाळी लोक त्यांना पशुपतिनाथांचा अवतार मानतात. नेपाळमध्ये त्यांचे आश्रम आहेत. तेथील नाण्याच्या एका बाजूवर त्यांचे नाव आढळते. महाराष्ट्रातील औंढ्या नागनाथ ही गोरक्षनाथांची तपोभूमी मानली जाते. पुण्यपुरुषांच्या मालिकेत पहिल्या चारात (कृष्ण, पतंजली, बुद्ध, गोरख) गोरक्षनाथांना महत्त्वाचे स्थान आहे.

श्री ज्ञानेश्वरांचे पणजे त्र्यंबकपंत यांच्यावर गोरक्षनाथांची कृपा होती व आजोबा गोविंदपंत यांच्यावर गहिनीनाथांची कृपा होती. मत्स्येंद्रनाथ हे गहिनीनाथांचे व ज्ञानेश्वर, सोपानदेव, मुक्ताबाई हे निवृत्तीनाथांचे शिष्य. गोरक्षनाथांनी नाथपंथाचा संपूर्ण भारतात प्रचार व प्रसार केला. गोरक्षनाथांनी 'आसेतु हिमाचला' ची यात्रा करून अनेक राजांना, अनेक लोकांना नाथपंथाची दीक्षा दिली. त्यांपैकी एक अर्ध्वयू म्हणजे गहिनीनाथ. गहिनीनाथांचे नाशिकजवळच्या ब्रह्मगिरीच्या गुहेत वास्तव्य असताना निवृत्तीनाथ त्यांचे शिष्य झाले. निवृत्तिनाथांनी लावलेले नाथपंथाचे रोपटे संत ज्ञानेश्वरांच्या रूपाने आकाशाला जाऊन भिडले. उत्तर भारतात गोरक्षनाथांचे महत्त्व आहे, तर महाराष्ट्रात ज्ञानेश्वर वंदनीय आहेत. श्री ज्ञानेश्वरांनी नाथसंप्रदायाला भक्तिमार्गाची जोड देऊन त्याचा प्रसार केला. श्री गोरक्षनाथांचा प्रभाव त्यांच्या नंतरच्या ज्ञानेश्वर, कबीर, नानक, मीराबाई, यांसारख्या संतांवर दिसून येतो. ज्ञानेश्वरमहाराजांनी 'विषयविध्वंसैकवीरू' असे सार्थ विश्लेषण देऊन गोरक्षनाथांच्या चारित्र्याचा महान गौरव केलेला आहे.

श्री गोरक्षनाथांचे ग्रंथलेखन संस्कृत व हिंदी या भाषांमध्ये आहे. त्यांचे खूप ग्रंथ काळाच्या उदरात गडप झाले. डॉ. पितांबरदत्त बडथ्वाल यांनी गोरक्षनाथांच्या हिंदी पुस्तकाचे संपादन केले. त्याचे नाव आहे 'गोरखबानी'. यात गोरक्षांच्या चाळीस पुस्तकांचा उल्लेख आहे. गोरक्षांचे मराठीतही ग्रंथ आहेत.

जे ब्रह्मांडात आहे ते सारे सूक्ष्म प्रमाणात पिंडात आहे, हा गोरक्षनाथांचा महत्त्वाचा सिद्धान्त आहे. नाथमार्गी साधक या शक्तीच्या उपासनेसाठी शरीराला प्रमुख साधन मानतात. केवळ शक्तीचे संचालन मुख्य ध्येय नसून शिवशक्तींचे ऐक्य म्हणजेच सहज समाधी साधते हेच खरे ध्येय आहे.

द्वंद्वातीत अवस्था प्राप्त झाली म्हणजे अ–मन अवस्था प्राप्त होते, समदृष्टी प्राप्त होते. या अवस्थेलाच समाधी, कैवल्य, सहज समाधी, महाशून्यावस्था असे म्हणतात. या योगात ब्रह्मचर्याची प्राप्ती होते. पण या मार्गात ब्रह्मचर्याची शपथ घेऊन इंद्रिय दमनाची शिकवण नाही. गृहस्थाश्रमात राहूनही हा योग साधता येतो. गोरक्षनाथांचा मार्ग म्हणजे उपनिषदांनी सांगितलेला राजयोग आहे. रिद्धी सिद्धी प्राप्त करणे हे या मार्गाचे ध्येय नाही. उलट हे योगमार्गातील विघ्न आहे, प्रलोभन आहे. साधकाने यापासून दूर राहिले पाहिजे.

आपल्या अंतर्यामी बुडी घेणे हा योगमार्ग गोरक्षांना अभिप्रेत होता. पांडित्यावर तसेच धर्माच्या नावाखाली चालणाऱ्या कर्मकांडावर त्यांनी चांगलाच प्रहार केला. गोरक्षनाथांचे कार्य अनन्यसाधारण आहे.

– गहिनीनाथ –

(इ. स. १२ वे शतक) गहिनीनाथ हे गोरक्षनाथांचे शिष्य व निवृत्तिनाथांचे गुरू होत. महाराष्ट्रात नाथपंथाची परंपरा निर्माण करणारा हा पहिला पुरुष. कनकग्रामात बाल गोरक्ष मत्स्येंद्रनाथांबरोबर हिंडत असताना एकदा त्याने मुलांच्या बरोबर मातीच्या मूर्ती बनविण्याचा खेळ केला. गुरूने दिलेल्या मंत्राच्या साहाय्याने त्याच्या हातातील ज्या मातीच्या पुतळ्यात चैतन्य आले, तेच गहिनीनाथ होत.

या कथेवरून गहिनीनाथ अयोनिसंभव ठरतात. नवनाथभक्तिसारात गहिनीला करभंजन नारायणाचा अवतार मानले आहे. अशा या अयोनिसंभव बालकाचा प्रतिपाळ मत्स्येंद्रनाथांच्या आज्ञेने त्याच गावातील मधू नावाच्या ब्राह्मणाने व त्याची पत्नी गंगा या दोघांनी केला.

गहिनीनाथांचे 'गोरक्षगीता' व 'गहिनीप्रताप' हे दोन ग्रंथ प्रसिद्ध आहेत. गोरक्षगीतेत योगाभ्यासाचे आणि त्यात येणाऱ्या अनुभवांचे वर्णन आहे. गहिनीप्रताप या ग्रंथात गुरुविषयी विचार आहेत.

गहिनीनाथांविषयी अशी एक समजूत आहे, की नगर जिल्ह्यातील गैबीपीर म्हणजे गहिनीनाथ. नगर जिल्ह्यात या गैबीपीराची अनेक स्थाने आहेत. गोरख – गहिनीची नाथपंथीय परंपरा महाराष्ट्रात प्रसिद्ध आहे. गोरक्षाने गहिनीनाथांना नाथपंथीय शांभव अद्वयानंद वैभव दिले आणि गहिनीनाथांनी निवृत्तीला बोध केला. श्रीकृष्ण नाममंत्र

गहिनीनाथांनी जसा निवृत्तीला दिला, तसाच तो निवृत्तीच्या आजा -आजीलाही दिला. निवृत्तीचा गुरू गहिनीनाथ शके ११३० - १२०० दरम्यान होता. नाथपंथात व वाङ्मयात वेदांताचा जो विचार येतो, तो प्रामुख्याने मूळचा आदिनाथ - हरिनाथ परंपरेतून. नागार्जुन व गोरक्षशिष्य गहिनीनाथ अमरनाथांकडे आले होते व तेथून ते निवृत्ति-ज्ञानदेवांच्या वाङ्मयात आविष्कृत झाले.

- शिवदिननाथ -

(शिवदिनकेसरी)

महाराष्ट्रात नाथपंथाचा प्रसार करण्याचे दायित्व शिवनाथ उर्फ शिवदिननाथांवर आले व त्यांनी ते कार्य उत्तम प्रकारे पार पाडले. त्यांची पदे, अष्टके व स्फुट रचना प्रसिद्ध आहे, तसेच केसरीनाथांचा सिद्धान्तसार डोळ्यांसमोर ठेवून 'ज्ञानदीप' नावाचा ओवीबद्ध ग्रंथ शके १६१२ मध्ये त्यांनी पूर्ण केला. ज्ञानेश्वरांचा दृष्टान्त झाल्यामुळे त्यांनी आळंदीऐवजी पैठण येथे वद्य त्रयोदशी माघ मास जय संवत्सरी शके १६१६ रोजी यांनी समाधी घेतली. शिवनाथांची पदरचना अत्यंत रसाळ व गोड आहे. गुरुभावाचा उत्कृष्ट भावनाविष्कार त्यांच्या पदात आढळतो.

माझी देवपूजा देवपूजा । पाय तुझे गुरुराजा ।।
गुरुचरणी माती । तेच माझी भागीरथी ।। माझी देवपूजा ।।
गुरुचरणाचा बिंदु । तो माझा क्षीरसिंधु ।।
गुरुचरणाचे ध्यान । तेचि माझे संध्यास्थान ।।
शिवदिनकेसरी पायी । सद्गुरुवाचुनि दैवत नाही ।।

पैठण परिसरात केसरीनाथ व शिवदिननाथादी नाथपंथीय संतजन नाथपंथाचे कार्य करीत असताना गोवे-सावंतवाडी प्रांतात सोहिरोबा अंबिये नावाचा नाथपंथीय सत्पुरुष होऊन गेला.

- जनार्दन स्वामी -

जनार्दनस्वामींचा जन्म चाळीसगाव येथे शके १४२६ मध्ये फाल्गुन वद्य षष्ठीला झाला. यांचे आडनांव देशपांडे. यांच्या घराण्यात दत्तोपासना असावी. कारण सद्गुरूच्या प्राप्तीसाठी यांनी औदुंबरक्षेत्री उपासना केली. आपल्या आत्मवृत्तात ते म्हणतात -

'संसारी मी दुखावलो । त्रिविधतापें मी पोळलों ।
दुःखी होऊनिया आलों । औदुंबरी या ठाया ।
आंकलखोप कृष्णातीरी । गुरु वसती औदुंबरीं ।।

आपण पुण्यक्षेत्री आलो असून गुरुने आपल्यावर कृपा करावी म्हणून त्यांनी टाहो फोडला.

नरहरी गुरुराया । दीनबंधू सखया ।
करिसी दासां अंतराया । काय वाटे बडिवार ।।

सद्गुरूंच्या कृपेने पशुपक्षी मोक्षाप्रत गेले, रजकालाही राज्य लाभले, मातंगाचे मुखी वेद विसावले. मग आपल्याला गुरुकृपा अजून का मिळत नाही म्हणून ते आर्त प्रार्थना करत.

जनार्दनस्वामींची विद्वत्ता, सच्छीलता यांबरोबरच त्यांच्या महानतेची कीर्ती सर्वत्र दरवळली. आश्चर्य म्हणजे देवगडावर (दौलताबादला) यवन अधिपती असतानाही स्वामींना दरबारात मानाची जागा मिळाली. जनार्दनस्वामी दत्तोपासक असले तरी गृहस्थाश्रमी असावे. नाथांच्या भागवतात तसा उल्लेख आहे.

दत्तात्रेयांच्या शिष्यपरंपरेत सहस्रार्जुन पहिले, यदू दुसरे आणि जनार्दन तिसरे. जनार्दन हा तिसरा शिष्य दत्तानेच कलियुगात निर्माण केला. कर्म करून अकर्ता असणे तोच अकर्तेपणाचा बोध दत्ताने दिला. देहात असून विदेही राहण्याचा बोधही यांनीच केला. गृहस्थाश्रम न सोडता, कर्ममर्यादेचे उल्लंघन न करता, आपल्या व्यवहारात वागले तरी आत्मबोध मळत नाही.

महिपतींनी जनार्दनस्वामींचे महत्त्व मार्मिक शद्वात सांगितले आहे.

ते म्हणतात –

'जनार्दनपंत ज्ञानराशी । दत्तात्रेयदर्शन होत त्यासी ।'

अशा या अधिकारसिद्ध महापुरुषाच्या चरणी शिष्य म्हणून उपासना करण्याचं भाग्य एकनाथांना लाभलं. एकनाथांवर यांची पूर्ण कृपा झाली होती. एकनाथांचे घराणे सूर्योपासक. तर जनार्दनस्वामी दत्त सांप्रदायिक. या दोन्ही परंपरांचा संगम नाथांचे साधकत्व शुद्धातिशुद्ध करून गेला. एकनाथांच्या लोकोत्तर गुणांची त्यांना पूर्ण कल्पना होती. साहजिकच एकनाथांच्या सद्गुणांचा उपयोग समाजकल्याणासाठीच करण्याचा त्यांचा मानस होता. एकनाथांना केलेल्या उपदेशाचे अठरा अभंग उपलब्ध आहेत.

एकनाथांचा काळ खूप कठीण होता. आपली संस्कृती समूळ गिळू पाहणाऱ्या परकीय आक्रमणाची भयावह लाट आपल्या देशावर गिधाडासारखी कोसळली होती. हा स्वत: यवनांच्या नोकरीत होता. या पुण्यभूवर होणारे अत्याचार पाहून त्यांच्या मनाला आत्यंतिक

त्रास होत होता. त्यामुळे एकनाथांना केलेल्या उपदेशांचे सूत्र 'भांबावल्यापरी जन झाले मूढ' हे आहे. दत्तोपासना करावयास एकान्त हवा आणि सूर्योपासनेसाठी अधिकारी व्यक्ती हवी. सांस्कृतिक जीवन उद्ध्वस्त झालेल्या कालखंडात हे कठीण होते. अशा वेळी विखुरलेल्या जनांना एका झेंड्याखाली आणणे, ही काळाची गरज होती. म्हणून "मुख्य उपासनी ती भक्ती" या जोडीला अन्य कोणत्याही पंथाची कास न धरता "पंथ सोपा जाणा पंढरी पावना" हा संदेश त्यांनी एकनाथांना दिला.

लटक्या प्रपंचात गुंतून न पडता नेटका प्रपंच करावा. तीर्थाटनापेक्षा मन शुद्ध करण्यावर भर द्यावा. भाव एकविध असावा. त्यामुळे चराचरातील परमेश्वर प्रत्ययास येतो. आलेल्या अतिथीला अन्नदान करावे. चित्तात भेद नसावा. सर्वांभूती दया असावी. विठ्ठलाला विसरू नये. भक्तीमुळेच ज्ञान-विरक्ती येते याचा विसर पडू देऊ नये.

सर्वांभूतीं भाव नको ठेऊं दुजा । तेणें गरुडध्वजा समाधान ।।
संतांसी नमन आलिया अन्नदान । यापरतें कारण आणिक नाहीं ।।
सर्वभावें वारी पंढरीची करी । आणि व्यापारीं गुंतूं नको ।।
म्हणे जनार्दन घेई हाचि बोध । सांडोनि सर्वदा द्वेष भेद ।।

जनार्दनस्वामींचा हा उपदेश वंदनीय मानून, त्याचे आचरण करून एकनाथ धन्य झाले.

– महिपतिनाथ –

नरहर महिपती ही नाथसंप्रदायातील गुरुशिष्य जोडी श्री ज्ञाननाथांच्या सिद्ध परंपरेतील पैठणला शिवदिननाथांचा भव्य मठ आहे. या परंपरेतील नरहरिनाथ शिवदिननाथ केसरींचा पुत्र होय. शिवदिननाथांनी आपल्या मठाची उत्तम व्यवस्था लावून दिली होती. नरहरीनाथ म्हणतात, "आपले गुरु शिवनाथ यांनी माझे 'मी'पण नष्ट केले. गुरूंनी माझ्या मस्तकावर कृपेचा हात ठेवला आणि माझे षड्रिपू संपले. मला दिव्यदृष्टी प्राप्त झाली. माझा बद्ध जीव मुक्त झाला. गुरुकृपेचे वर्णन करणे अवघड आहे."

शिवदिननाथांचा शिष्य नरहरीनाथ. त्यांचे दोन शिष्य होते. एक लक्ष्मण व दुसरा महिपती. लक्ष्मण नरहरीचा मुलगा. नरहरिनाथांचा सशिष्य महिपतिनाथ, मूळचा पैठणचाच. त्यांचा वंश जनार्दनस्वामींचा. महिपतिनाथांना शिष्यसंप्रदाय उत्तरेकडे अधिक आहे. कारण त्यांचा बराच काळ ग्वाल्हेर व उज्जैन इथे गेला. उत्तरेत ते प्रथम उज्जैनला होते. तेथे नाथसंप्रदायी, दत्तबुवा नावाच्या साधूंच्या मठात महिपतिनाथांचे वास्तव्य होते. उज्जैनला आजही दत्तनाथमठ आहे. महिपतीनाथ पैठणहून प्रथम बडोद्याला व नंतर इंदूरला गेले. त्या ठिकाणी त्यांचा प्रपंच बराच विस्तारला. होळकरांची त्यांच्यावर विशेष

भक्ती होती. पुढे दौलतराव शिंदे यांच्या विनंतीवरून महिपती ग्वाल्हेरला गेले. ग्वाल्हेरच्या मठाला ढोलीबुवांचा मठ म्हणतात. कारण त्या मठात एक प्रचंड आकाराचा ढोल आहे. पौष शुद्ध त्रयोदशी शके १७४४ (इ.स. १८२२) या दिवशी महिपतीनाथांनी समाधी घेतली.

महिपतीनाथांनी अनेक पदे, अभंग, कडाका छंदातील कटाव, लावण्या इ. नानाविध प्रकारांची आध्यात्मिक विषयावरची रचना केली. गुरुकृपेने दिसणाऱ्या दिव्य तेजाचे अप्रतिम वर्णन त्यांनी प्रत्ययकारी रीतीने केले आहे. त्यांची बहुतेक पदे म्हणजे अनुभवाचे बोल आहेत. तत्कालीन लोकस्थितीवर एक नितांत सुंदर फटका व मुलांच्या खेळाचे चित्रमयी वर्णन शिमग या नावाने त्यांनी केले आहे. इह व पारलौकिकांचा मेळ घालून आपली रचना रंजक व बोधक करण्याकडे महिपतिनाथांचा कल दिसून येतो.

निवृत्ति - ज्ञानेश्वरांप्रमाणेच नरहरी-महिपती ही नाथसंप्रदायातील गुरुशिष्य जोडी. नाथसंप्रदायी विभूती दिव्य व भव्य काम करून गेल्या. इये मराठीचिये नगरीची ही नररत्ने मायमराठीची भूषणे आहेत. महिपतीनाथाने एकाग्र चित्ताने आपल्या गुरूचा नरहरिनाथांचा कृपाप्रसाद मिळविला.

– श्री संत जनीजनार्दन –

जनीजनार्दन हे एकनाथसंप्रदायातील एक सुप्रसिद्ध संत आहेत. जनीजनार्दन हे गाणपत्य व नाथपंथातील आनंद संप्रदायी. त्यांचे वडील वसुदेवपंत हे आदिलशहाच्या दरबारी सेवेत होते. वसुदेव व देवकी यांनी केलेल्या व्रतवैकल्ये जपतप यांचे फल म्हणून त्यांच्या पोटी कृष्णाष्टमीच्या शुभमुहूर्तावर भूम येथे शके १५४० (इ.स. १६२८) मध्ये जनीजनार्दनांचा जन्म झाला.

जनार्दनांची वृत्ती बालपणापासून परमार्थात रंगून गेली होती. शिक्षण पूर्ण झाल्यावर वडिलांच्या आज्ञेनुसार त्यांचा विवाह गुणवतीशी झाला. काही कालानंतर वसुदेवपंतांचे देहावसान झाले. मृत्यूपूर्वी पंतांनी जनार्दनांना पंढरीची वारी चुकवू नको असे सांगितले होते. राजाने जनार्दनांना दरबारात वसुदेवपंताची जागा सांभाळण्याची आज्ञा केल्यामुळे ते रोज दरबारातील कामकाज पाहू लागले. पित्याच्या आज्ञेनुसार पंढरीची वारी नित्यनेमाने करू लागले. 'गुणिषु न च लिंग न च वय:' या उक्तीनुसार त्यांचे वय जरी लहान असले तरी कार्यशक्ती दांडगी होती. जनार्दनांचा निश्चयी स्वभाव, बोलण्याचालण्यातील धिटाई, मनमिळावूपणा, कामातील गती, सूत्रबद्धता, मृदूभाषा, विनयशीलता या सर्वांचा प्रत्यय राजाला आला. बादशहाने त्यांच्या गुणांवर प्रभावित होऊन खुशीने अन्नमंत्रिपदाचा भार त्यांच्याकडे दिला.

आपले आयुष्य जनहितार्थ वेचण्याचे ध्येय जनीजनार्दनांचे होते. घरात ईशपूजा व दरबारात लोकपूजा हा त्यांचा दिनक्रम होता. सुगंधासारखी त्यांची कीर्ती सर्वदूर पसरली. जनार्दन अत्यंत चातुर्याने, प्रामाणिकपणे, बुद्धिकौशल्याने आपली जबाबदारी सांभाळत होते. पण त्यांचे मन राजकारणात रमत नव्हते. यौगिक क्रियेच्या अभ्यासात दरबारात जायला कधी कधी उशीर होत असे.

एकदा जनार्दनांना धान्यकोठाराच्या रक्षणार्थ बेदर मुक्कामी पाठविले. समाज मनाला त्यांचे औदार्य, प्रेम, करुणा माहीत होती. बेदरला भुकेल्यांची गर्दी लोटली. भुकेने व्याकुळ झालेल्यांच्या करुण किंकाळ्या ऐकून जनार्दनांचे दयार्द्र मन गलबलून आले. **'जन हेच जनार्दन । जनजनार्दन ऐक्यजाण ।'** ही भावना त्यांच्या मनी दाटून आली. जनार्दनांनी सेवकांना धान्यागार खुले करण्याची आज्ञा केली. व्याकूळ जनतेचे प्राण तृप्त झाले. जनार्दन मनोमनी शांत झाले. पण राजाला संताप आला. संतापाच्या भरात राजाने ''जनार्दनांना ताबडतोब माझ्या समोर हजर करा'' अशी आज्ञा केली.

आज्ञा मिळताच जनार्दनांनी विजापूरचा रस्ता धरला. बेदरहून ते प्रथम पंढरपुरी गेले. सावळ्या विठूरायाचे, रूक्मिणीमातेचे दर्शन घेतले. बादशहाला जनार्दनाच्या येण्याची बातमी समजली. बादशहाच्या प्रश्नांना जनार्दनांनी बाणेदारपणे उत्तर दिले ''माझ्या स्वतःच्या कुटुंबभरणपोषणासाठी आपल्या कोठारातील एक दाणाही खर्चिला असेल तर मला शिक्षा करावी.'' या उत्तराने बादशहा अधिकच बिथरला. त्याने आज्ञा केली 'जनीजनार्दनांना हत्तीच्या पायाखाली तुडवून ठार मारा.'

जनार्दनांचे मुखकमल प्रसन्न दिसत होते. दूतांनी सभास्थानी एक मोठा पिंजरा आणला. त्यात मदोन्मत्त हत्ती होता. माहूत त्या महाकाय गजावर बसून त्याला टोचून अधिकच क्रोधिष्ट करत होता. जनार्दनांच्या देहाची मोट बांधली आणि काय होते ते कळायच्या आत त्यांना पिंजऱ्यात टाकले. आदिलशहा आपल्या उच्चासनावर बसला होता. एक दोन क्षण गेले तरी हत्ती नुसताच जनार्दनांच्या शरीराभोवती फिरत होता. माहूत हत्तीला अंकुश मारत होता. पण हत्ती जनार्दनांना पायाखाली तुडवेना. हत्ती बाहेरच्या समुदायाकडे पाहून त्यांच्याकडे धावू लागला. पिंजऱ्याला धडका देऊ लागला. जनार्दन हातपाय बांधलेल्या अवस्थेत हत्तीकडे बघत होते. त्यांना हत्तीच्या रूपात साक्षात श्रीगणेशाचे दर्शन झाले. या महाकाय गजाने माहुताला एका हिसक्यासरशी खाली पाडले आणि जनार्दनांना उचलून आपल्या डोक्यावर घेतले. जमलेल्या सर्वांनी हा चमत्कार पाहिला. बादशहा खजिल झाला. बादशहाने आपला रत्नजडित मुकुट जनार्दनांच्या पायाशी ठेवला. साश्रू नयनांनी जनार्दनांना आलिंगन दिले.

जनार्दनांच्या जीवनातील परिवर्तनाचा हा निर्णायक क्षण होता. या क्षणाने त्यांना सामान्याकडून असामान्याकडे, संतत्वाकडे, सांसारिकाकडून पारमार्थिकाकडे नेण्याचे

महान कार्य केले. लोक त्यांचा लौकिक गाऊ लागले. जनार्दन या नावाला लोकांनीच 'जनी' ही उपाधी लावली. 'जनीजनार्दन' या नावाला एक विशेष ऐतिहासिक अर्थ प्राप्त झाला. जनार्दनांनी थेट पंढरीची वाट धरली. ते एकटेच आत्ममग्न अवस्थेत, नामस्मरणाच्या वाटेने अहोरात्र चालत राहिले, पंढरपुरी पोचल्यावर चंद्रभागेत स्नान करून महाद्वारी आले. श्रीचरणी मिठी घातली. देहपुष्प विठ्ठलचरणी अर्पण केले.

विठूच्या सौंदर्याने त्यांना अक्षरश: वेड लावले. जनार्दनांना विठूरायाचा साक्षात्कार झाला. जनार्दनांनी भक्तिभावाने, नम्रपणे विठूचे चरण धरले. विठूरायाने त्यांना हाताला धरून उठविले, हृदयाशी धरले. अभयहस्त मस्तकावर ठेवला, आणि अती प्रेमाने थोपटले. विठूरायाने त्यांना आदेश दिला की, तुम्ही गंगा मत्स्यालय येथे जावे. तेथील गोदातीराच्या पात्रात गणेशमूर्ती पडून आहे. तिची प्राणप्रतिष्ठापूर्वक स्थापना करावी.

जनार्दन मुक्तपणे संचार करू लागले. देवदेवळे – राउळे, वन–उपवन, नद्या, नद, घाट, उंच सखल प्रदेश, वस्त्या, गावे, शहरे हिंडू लागले. परम सुखाच्या पीयुषधारांनी स्वानंदात तल्लीन होऊन अखंड नामस्मरण करीत भटकंती करू लागले. भटकंतीत जनार्दनांनी समाजमन जाणून घेतलं. संन्यासी लोकांची दांभिकता, भगवी वस्त्रं परिधान करून संन्यासीपणा मिरवणारे लोक त्यांनी बघितले. कर्मकांड, विपरीत ज्ञान यांच्या बजबजपुरीमुळे ते अस्वस्थ झाले. गणेशपूजा आधी का कलशपूजा आधी यावरून विवाहप्रसंगी होणारे वादविवाद त्यांनी बघितले.

श्रीगणेशसाक्षात्कार व्हावा, गुरूपदेश व्हावा म्हणून त्यांनी खडतर तपश्चर्या केली. तपश्चर्येत १२ वर्षे लोटली. जनार्दनपंतांच्या वृत्ती आनंदमय झाल्या. भूतपूर्व उपलौकिक, अद्वितीय, अवर्णनीय, अत्यानंदाचा प्रत्यय त्यांच्या अंतरंगी येऊ लागला. प्रत्यक्ष धुंढिराज गणेश त्यांच्या अंतरंगी डोकावू लागले. जनार्दनांनी स्वरूपात **"वरं ब्रूहि, वरं ब्रूहि, वरं ब्रूहि"** अशी आज्ञा केली. जनार्दनांनी 'कर्णपुटी मंत्र देऊन गुरूमार्गाचा बोध द्या' आणि 'यानंतर माझे उर्वरित जीवन कुठे कसे व्यतीत करू' हे प्रत्यक्ष गणेशाला विचारले. जनार्दनांची भक्तियुक्त अंत:करणाने केलेली भाबडी विज्ञापना ऐकून श्री गणेशाला परमसंतोष वाटला. अष्टसात्त्विक भाव जागृत झाले. त्यांचे सर्वांग प्रेमभराने थरथरू लागले. धुंडिराज गणेशाने जनार्दनांना आपल्या दिव्य हातांनी जवळ घेतले. त्यांच्या मस्तकावरून अभयदानी वरदहस्त फिरविला. शुभ नक्षत्र शुभवार गणेशयोगावर हा अलौकिक दिव्य दीक्षान्त समारंभ झाला, श्रीगणेशाने त्यांना नाथपंथीय पद्धतीने वर्णदीक्षा हं भं मंत्रांनी मेरुमस्तक भाग व्याप्त केला. हा वर्ण दीक्षा, तसेच कला दीक्षा, करण दीक्षा, वेध दीक्षा आणि नंतर क्रिया दीक्षा अशा चतुर्विध स्वरूपाच्या दीक्षा प्रदान करून श्री गणेश अंतर्धान पावले.

सत्यज्ञानाची प्राप्ती झाली. द्वैत फिटून गेले. जग जगदीश एकत्र आहेत. जन हेच जनार्दन आहे. सर्वत्र अद्वैतच आहे. जीव-शिव यांच्यात ऐक्य आहे, अशी अनुभूती त्यांना येऊ लागली, आणि अशा स्थितीतच त्यांचे पंचप्राण अनंतात विलीन झाले.

□□□

वारकरी संप्रदाय

पंढरपूरचा 'विठ्ठल' हे या संप्रदायाचं उपास्य दैवत. भक्त पुंडलिकापासून विठ्ठल उपासना रूढ असावी. पंढरपूरी विठ्ठलमूर्ती विजयनगरहून आणली असं म्हणतात. ज्ञानदेवांची 'ज्ञानेश्वरी', एकनाथांचे 'भागवत', तुकोबांची 'अभंगगाथा' ही वारकरी संप्रदायाची प्रस्थानत्रयी आहे. प्रस्थानत्रयी म्हणजे या जगातून मुक्ती प्राप्त करण्याची ही तीन ग्रंथरूप साधनं आहेत. वारकरी संप्रदायानं धर्मातील क्लिष्टता व जटिलता नष्ट करून धर्माच्या आचारविचारांचं सुलभीकरण केलं. अनेक दैवतावादातील विसंगती जनसामान्यांच्या लक्षात आणून दिली व एकेश्वराचा पुरस्कार केला.

वारकरी संप्रदायानं मराठी भाषेचा 'धर्मभाषा' म्हणून पुरस्कार केल्यामुळे वारकरी संतांनी मराठी भाषेत विपुल साहित्यनिर्मिती केली. त्यामुळे मराठी भाषा समृद्ध झाली. मध्ययुगीन मराठी साहित्य संपन्न झालं.

महाराष्ट्रात वारकरी संप्रदायाचे फड जागोजागी असून 'वारी'मुळे या संप्रदायानं धर्मप्रबोधनाच्या बरोबरीनं समाजप्रबोधनाचही कार्य केलं.

– संतशिरोमणी 'रोहिदास' –

हिंदुस्थानातील धार्मिक, सामाजिक, साहित्यिक क्षेत्रांत उल्लेखनीय कार्य केलेल्या थोर संतमहात्म्यांच्या पंक्तीत संत रोहिदासांचे नाव मोठ्या भक्तिभावाने घेतले जाते. संत रोहिदासांना रविदास, रैदास इ. विविध नावांनी ओळखले जाते. कर्मावर अपार श्रद्धा असलेले, मानवतेची पूजा बांधणारे, माणुसकीचा धर्म सर्वश्रेष्ठ मानणारे संत रोहिदास संतपरंपरेत गुरुस्थानी आहेत.

संत रोहिदासांचा जन्म इ. स. १३७६ मध्ये झाला. माघी पौर्णिमेला रविवारी जन्म झाल्यामुळे त्यांचे नाव रविदास ठेवले. करमादेवी – मानदास या मातापित्यांच्या पोटी त्यांचा जन्म झाला. काशी बनारसपासून तीन– चार मैलावर म्हणजे पाच–सहा

कि.मी. अंतरावर असलेल्या ग्रँड ट्रक रोडवर मंडुरगाव आहे. त्या गावी एका गरीब चर्मकार कुटुंबात ते जन्मले. रविदास म्हणजे सूर्याच्या प्रखर तेजाचा दास. १३ व्या शतकात भक्तिमार्गाचा प्रसार करणारे गुरु रामानंद हे दक्षिणेकडून उत्तरेकडे आल्यावर त्यांना अनंतानंद, कबीर, सुखानंद, सुरसुरानंद, पद्मावती, भावानंद, रोहिदास यांसारखे शिष्य लाभले. उत्तरेकडे म्हणजे काशीक्षेत्री मानवतेचा प्रसार करण्याची कामगिरी रामानंदांनी कबीर व संत रोहिदासांवर सोपविली.

संत रोहिदासांना लहानपणापासून ईश्वरचिंतनाचा ध्यास लागला होता. ते भक्तिमार्गी होते. भगवंताच्या नामस्मरणात ते एकरूप होऊन जायचे. त्यांच्या घराण्याचा चपला, जोडे तयार करण्याचा व्यवसाय करता करता ते नित्य हरिनामाचा गजर करायचे. आपल्या कामात त्यांना देवाचे रूप दिसायचे. देवाचे वेड लागलेला आपला मुलगा घरदार, व्यवसाय सोडून साधू-संन्यासी होतो की काय, अशी चिंता रोहिदासांच्या जन्मदात्यांना वाटे. या चिंतेपायी आई-वडिलांनी रोहिदासांना लग्नबेडीत अडकविले. संत रोहिदासांची पत्नी लीनादेवी अत्यंत नम्र होती. तिने आपल्या पतीच्या भक्तिमार्गाला कधी विरोध केला नाही. त्यामुळे हरिनामाचा गजर व संतसेवा या रोहिदासांच्या छंदात कधी बाधा आली नाही. शाळेतील बंदिस्त चार भिंतीत, पुस्तकी ज्ञानात न अडकता, रोहिदासांनी अनुभवाच्या श्रीमंतीत ज्ञान संपादन केलं. प्रतिकूल समाजदर्शनातून त्यांच्या ज्ञानाच्या कक्षा विस्तारल्या आणि त्यांनी मोठमोठ्या पंडितांना मागे टाकले. साधुसंतांची प्रवचने, कीर्तने, सत्संग, भजन-पूजन यांत त्यांचा वेळ जास्त जायचा. त्यांच्या भक्तिकार्याला पत्नीची साथ असल्यामुळे त्यांचं मन शांत असे. रोहिदासांच्या भक्तिमार्गी मनाने आपल्या व्यवसायाकडे पाठ फिरविली नाही. संतसज्जनांना ते विनामूल्य जोडे द्यायचे. व्यवहारज्ञान नसलेल्या आपल्या मुलाचा संसार कसा होणार, ही काळजी करणाऱ्या संत रोहिदासांच्या वडिलांनी, मुलगा स्वावलंबी व्हावा या हेतूने त्याला घराबाहेर काढून एक मोकळी जागा दिली.

त्या जागी रोहिदासांनी आपला संसार थाटला. त्यांचा भक्तिमार्ग व दिनक्रम पूर्वीप्रमाणेच चालू होता. त्यांच्या वृत्तीत कुठलाही बदल झाला नाही. पत्नीची योग्य साथ मिळाल्यामुळे पैशापेक्षा साधुसंतांच्या सेवेत दोघंही रमले. मानवतेच्या प्रसाराचं दोघांनीही जणू व्रत घेतले होते. संत रोहिदासांना प्रतिभेची देणगी मिळाल्यामुळे त्यांच्या नावावर पदरचना आहेत. त्यांनी हिंदी भाषेत रचना केल्या.

ज्याहां देखो वाहा चामही चाम । चामके मंदिर बोलत राम ।
चामकी गाऊ; चामका बचडा । चामही धुने, चामडी ठाडा ।
चामका हाती, चामका राजा। चामके उंटपर, चामका बाजा।
कहत रोहिदास, सुनो कबीर भाई । चामविना देह, किसकी बनाई ?।

चाम म्हणजे चामडं. या चामड्याशिवाय कुणाचंही शरीर तयार होत नाही. चामड्याचं आवरण असलेल्या शरीररूपी मंदिरात रामाचं -परमात्म्याचं वास्तव्य असतं. त्याच्या चैतन्यामुळे चामड्याच्या शरीराला सजीवत्त्व प्राप्त होतं. गाय-वासरू, हत्तीचं शरीर, हत्तीवर विराजमान होणारा सम्राट, सगळ्यांचं शरीर चामड्याचंच असतं. उंटही चामड्याचा नि त्याच्यावर ठेवलेलं वाद्यही चामड्याचंच. संत रोहिदास संत कबिरांना म्हणतात, 'या चामड्याशिवाय कुणाचं शरीर बनलं आहे? सर्वांचं शरीर चामड्याचंच असतं. फक्त प्रत्येकाचं रूप, आकार, नाव, प्रकार वेगवेगळे असतात. पण सगळ्यांच्या मधलं चैतन्य मात्र त्या एका परमात्म्याचंच असतं, त्यामुळे या सगळ्यांच्यात विषमता मानणं योग्य नाही.

वास्तविक, समाजात भेदाभेद मानू नयेत ही सगळ्या संतसत्पुरुषांची शिकवण. 'भेदाभेद भ्रम अमंगळ' असं तुकाराममहाराज सांगतात. आज भेदाभेदांमुळे समाजात अनेक अडसर निर्माण झाले आहेत. भेदाभेदांमुळे समाज पोखरला गेला आहे. समाज अधोगतीच्या दिशेने वाटचाल करत आहे. भेदाभेद समाजाच्या प्रगतीला बाधक, मारक आहेत. संतांनी समभावाची संजीवनी समाजमनाला दिली.

संत रोहिदास व संत कबीर हे समकालीन संत, जातिभेद, मूर्तिपूजन यांचं भंजन करून वेद, शास्त्रमर्यादा, जप, तप, तीर्थ, व्रत, पूजापाठ इ.वर विश्वास न ठेवणारे होते. त्यांचा भर सत्य व सदाचरणावर होता.

समाजजागृतीसाठी त्यांनी असत्यावर प्रहार करून सत्याची कास धरायला सांगितली. अहिंसा, धैर्य, समाधान, परोपकार यांचा प्रसार करून काम, क्रोध, मद्यपान इ. चा त्याग करावयास सांगितले. त्यांचा हा सत्याच्या वाटेने जाणारा विचार न पटल्यामुळे उच्चवर्णीय पंडितांनी काशीनरेशाकडे तक्रार केली. एका चांभाराच्या मुलाला धर्मशास्त्रावर चर्चा करण्याची, त्यावर भाष्य करण्याची बंदी घालावी, त्याची कठोर परीक्षा घ्यावी, असा आग्रह धरला. सत्याचा विजय होतो, या न्यायाने काशीनरेशांच्या उपस्थितीत रोहिदासांची परीक्षा झाली आणि रोहिदास विजयी झाले.

वैदिक परंपरेवर आधारित रोहिदासांचे विचार, मुक्तीवाद, धर्मावरील पांडित्य, विचारशुद्धता आणि बुद्धी तेजाचे स्वागत करून काशीनरेशांनी गुरु रविदासांचे शिष्यत्त्व पत्करले. ही गोष्ट म्हणजे कदाचित चमत्कार वाटेल. चितोडची राणी झांशी, संत मीरा यांनीही रविदासांना गुरू मानले. कृष्णप्रेमवेडी मीरा हरीचे गुणगान करीत काशीला आली. त्यावेळी तिची भेट रविदासांशी झाली. या भेटीत रविदासांच्या दर्शनाने धन्य पावलेल्या मीराबाईंनी ब्राह्म दर्शनाचा आनंद घेतला. गुरु रोहिदासांना चितोडला येण्याचे आमंत्रण दिले. त्या निमित्ताने प्रीतिभोजनाचा कार्यक्रम आयोजित केला. या समारंभाला कर्मठ पंडितांनी विरोध केला. चांभाराच्या पंगतीला बसणे त्यांना मान्य नव्हते. संत

मीराबाईंची नाराजी ओळखून संत रोहिदासांनी मार्ग काढला. आपल्यामुळे इतरांना त्रास नको या भावनेने त्यांनी एकट्याने जेवण्याचे मान्य केले.

मानवतेचा दृष्टिकोन आपल्या कृतीतून संस्कारित करणाऱ्यांना संत पदवी शोभून दिसते. दुसऱ्यांचे दोषदर्शन करण्यापेक्षा, दुसऱ्याला बाजूला सारण्यापेक्षा, आपण बाजूला व्हावे हा आदर्श संत रोहिदासांनी आपल्या कृतीने घालून दिला. मीराबाई संत रोहिदासांच्या या कृतीने भारावून गेली आणि तिचे डोळे आनंदाश्रूंनी गळू लागले. आनंदाश्रूत गुरुभक्ती बोलकी झाली–

दासि की बिनती सुनो गुरुवर भये दयाल।
सत्य हेतु चेली करी मिटे सब भ्रमजाल ।

मीराबाई आपल्या गुरूंचं वर्णन करताना म्हणतात –

मेरे तो गिरीधर गुपाल दूसरा न कोई ।
गुरु हमारे रैदासजी सरनन चित सोई ।।

भक्तिसंप्रदायात संत रोहिदास व मीराबाई या गुरु–शिष्यांच्या आदर्श नात्याला अनन्यसाधारण महत्त्व आहे. रोहिदासांनी श्रमसाधनेला अपार महत्त्व दिलं. या संदर्भात एक गोष्ट सांगितली जाते. गंगेवर स्नानाला निघालेल्या एका ब्राह्मणाने आपली तुटकी चप्पल रोहिदासांना शिवण्यासाठी दिली. रोहिदासांनी चप्पल शिवली. त्याचा मोबदला म्हणून एक दमडी मिळाली आणि तो ब्राह्मण पुण्यप्राप्तीसाठी गंगेवर स्नानाला गेला. रोहिदास त्याला म्हणाले, मी गंगामातेचं रोज दर्शन घेतो. 'मन चंगा तो कठोती मे गंगा' या श्रद्धेमुळे त्यांनी ती दमडी (चामडीचा गोल पैसा) गंगार्पण करण्यासाठी ब्राह्मणाला परत दिली. दमडी गंगेला अर्पण केल्यावर गंगेने एक रत्नजडित सोन्याचे कंकण दिले आणि ते कंकण भक्त रोहिदासांना द्यायला सांगितले. ब्राह्मणाला मोह झाल्यामुळे त्याने ते कंकण सोनाराला विकले. सोनाराने ते राजाला विकले. राजाने ते राणीला दिले. तेव्हा राणीने दुसऱ्या कंकणासाठी हट्ट धरला. राजाने ब्राह्मणाला बोलावून कंकणासंबंधी माहिती विचारली आणि राजाने दूताला रोहिदासांकडे पाठविले. रोहिदास शांतपणे हसले आणि चामडे धुण्याच्या कुंडात हात घालून त्यांनी दुसरे कंकण काढून दिले. राजा–राणी रोहिदासाच्या दर्शनाला झोपडीत आले. चमत्कार म्हणून या कथेकडे बघण्यापेक्षा – रोहिदासांची प्रामाणिक उत्कट भक्ती, निःस्वार्थी वृत्ती यांचा मनावर नक्कीच संस्कार होतो. श्रमाला प्रतिष्ठा मिळवून देणारे संत रोहिदास हे पहिले संत. कर्मयोगी हे विशेषण त्यांच्यासाठी योग्य आहे. माणसाने सदाचारी, निःस्वार्थी

असावे. मनोनिग्रह महत्त्वाचा, हा संदेश देताना संत रोहिदास म्हणतात –

जो बस राखे इंद्रिया, सुखदु:ख समझि समान ।
सोड अमरित पद पाइगो, कहि रविदास बरवान ।।

संत रोहिदासांबद्दल असंख्य संतांनी गौरवाचे उद्‌गार उत्स्फूर्तपणे काढले आहेत. संत मीरा, कबीर, संत तुकाराम, गुरु नानकदेव, संत एकनाथ, संत सेनामहाराज, महिपती, श्री दासगणू महाराज इ.नी संत रोहिदासांचं महत्त्व जाणलं होतं. स्वातंत्र्यवीर वि. दा. सावरकरांनी आपल्या काव्यात संत रोहिदासांचे गुणगान केले आहे.

रोहिदास संत जयाशी भेटे भगवंत ।
जातीचा हिंदू चांभार, मनाचा प्रेमळ, अेनिवार ।।

अशा संतशिरोमणी रोहिदासांचे निर्वाण कृष्णपक्ष चर्तुदशी, चैत्रसंवत १५८४ रोजी झाले. क्रांतिकारक कवी, महान समाजसुधारक, राष्ट्रप्रेमी, वर्णव्यवस्था संपुष्टात आणणारे, संतशिरोमणी 'गुरु रोहिदास' श्रेष्ठ राष्ट्रसंत आहेत.

– संत चोखामेळा –

संतश्रेष्ठ ज्ञानेश्वरांच्या मांदियाळीत, ज्ञानेश्वरादी संतमंडळीत मानाचे स्थान असलेला चोखामेळा म्हणजे 'भक्तीचा सोयरा'. पंढरीची वारी कधीही न चुकविणारा चोखामेळा म्हणजे भाविकांचं श्रद्धास्थान! भक्तराज नामदेवांचा शिष्य म्हणवून घेण्यात चोखामेळ्याला स्वर्गीय आनंद व्हायचा. चोखामेळ्याचे जन्मगाव, जन्मकाळ, मात्यापित्यांची विश्वसनीय माहिती उपलब्ध नाही. पण त्यांच्याविषयी असंख्य लोककथा उपलब्ध आहेत. चोखामेळ्याचं अवघं कुटुंब भक्तिरसात रमणारं होतं. त्यांची पत्नी सोयरा, मुलगा कर्ममेळा, बहीण निर्मळा व मेहुणा बंका एकत्र राहायचे. जातीने महार असल्यामुळे तत्कालीन लोकरितीनुसार महाद्वारातून विठूदर्शन घ्यावे लागे.

भक्तिरसात ओले चिंब झालेले कितीतरी अभंग व पदे चोखामेळ्यांच्या नावावर आहेत. त्यांचं काव्य अनंत भटाने लिहून ठेवले आहे. चोखामेळ्याच्या नावावर 'विवेकदर्शन' हे प्रकरण आहे. चोखामेळ्यांच्या अभंगांतून तत्कालीन सामाजिक विषमता, अन्याय व सोवळे–ओवळे याविषयीची सल व्यक्त झाली आहे. सोयराबाईचे कृष्णचरित्रावरील अभंग प्रसिद्ध आहेत. बंकाचेही गुरुपरंपरेवरील अभंग उपलब्ध आहेत. चोखा आणि सोयरा यांच्या अभंगरचनेतील साधेपणा व रसाळपणा मनाला स्पर्शून जातो.

संत चोखामेळा हे संत ज्ञानदेव-नामदेव या संतमालिकेतील समकालीन संत होत. पददलित अशा महार समाजात श्रीसंत चोखामेळा या थोर विठ्ठलभक्ताचा जन्म झाला. केवळ आपल्याच धर्मबांधवांची अवहेलना व छळ करण्यात पुरुषार्थ मानणाऱ्या धर्मबांधवांनी चोखामेळ्यांचा छळ केला. आठशे वर्षांपूर्वी पंढरपूर या तीर्थक्षेत्री विठ्ठलाच्या राउळात महाद्वारी बसून चोखोबांनी विटाळाची गाणी गायिली. कष्टी मनाने गायलेली ही गाणी कारुण्यपूर्ण आहेत. आर्तता, कारुण्य, तळमळ यांमुळे ही गाणी अंत:करणाचा ठाव घेतात. विटाळापायी त्यांना विठूदर्शनाचा लाभ होत नव्हता. विठुवर आत्यंतिक भक्ती. प्रत्यक्ष विठूराया संकटसमयी त्यांच्या मदतीला धावायाचा. चोखोबा म्हणतात 'हा विठ्ठल म्हणजे माझ्या जिवीचे जीवन आहे. त्याच्या दर्शनाने तनमन फुलून येते.' अंत:करणात कोरलेल्या विठूरायाचं दर्शन चोखोबांनी आपल्या अभंगातून घडविले आहे.

श्रीमुखाची शोभा कस्तुरी मळवट।
उभा असे नीट विटेवरी।।
कर दोनी कटीं कुंडळ झळकती।
तेज हे फाकती दशदिशा।।
वैजयंती माळा, चंदनाची उटी।
टिळक ललाटीं कस्तुरीचा।।
चोखा म्हणे माझ्या जीवीचा जीवनु।
पाहता तनु मनु भुलोनि जाय।।

पंढरपुरातून हद्दपार केला गेलेला चोखा विठूभक्तीपासून कधीही दूर गेला नाही. कारण विठूभक्ती हा त्याच्या अंतरीचा ठेवा होता. चंद्रभागेला आपला विटाळ होऊ नये या भावनेने चोखा सोयरासह चंद्रभागेच्या पलीकडच्या काठावर झोपडी बांधून राहिला. झोपडीजवळ त्याने एक दगडांची दीपमाळ बांधली. आणि विठ्ठलाकडे मुख करून तो अखंड नामजप, भजन-पूजन करू लागला.

आजही चोखोबांच्या अपार भक्तीची साक्ष देणारी ती दीपमाळ भग्नावस्थेत उभी आहे. साक्षात देव चोखोबासमवेत भोजन करत असल्याची लोककथा आहे. चोखोबा विठ्ठलाचे एकनिष्ठ भक्त असल्यामुळे देव नित्य त्यांचा सांभाळ करत असे. एकदा देव बाटविला आणि देवाचा रत्नहार चोरल्याचा आरोप झाल्यामुळे चोखोबांना बैलाच्या पायी बांधून मारण्याची कठोर शिक्षा झाली. अशा वेळी विठ्ठलाने त्यांचे रक्षण केले. विठूभक्तीच्या सुरक्षित कवचामुळे चोखोबा स्वस्थ असत. कारण विठूचं नामस्मरण ही त्यांची शक्ती होती. विठूनाम जपायला सोपे आहे. त्यामुळे संकटनिवारण होते. जप-तप-अनुष्ठान तीर्थ व्रत दान या सर्व गोष्टींचे पुण्य एका नामाने जोडले जाते हा त्यांचा अनुभव त्यांच्या अभंगातून प्रतिबिंबित झाला आहे.

नाम हें सोपें जपता विठ्ठल।
अवघेचि फळ हाता आलें।।
योग याग जप तप अनुष्ठान।
तीर्थ व्रत दान नाम जपता।।
सुखचि सुख नाहीं यातायाती।
बैसोनि एकांतीं नाम स्मरा।।
चोखा म्हणे साधेल साधन।
तुटेल बंधन भवपाश।।

आपल्या अनुभवातून बोलके झालेले चोखोबांचे अभंग लोकप्रिय झाले. त्यांच्या अनुभवाला तत्त्वज्ञानाचा स्पर्श आहे. आपण जरी कनिष्ठ जातीत जन्माला आलो असलो तरी आपली भक्ती प्रामाणिक आहे. त्यामुळे कुठलाही निष्कर्ष बाह्यरूपाला भुलून काढू नये, असा संदेश चोखोबा देतात.

ऊस डोंगा परी रस नव्हे डोंगा।
काय भुललासी वरलिया रंगा।।
कमान डोंगी परी तीर नव्हे डोंगा।
काय भुललासी वरलिया रंगा।।
नदी डोंगी परी जळ नव्हे डोंगे।
काय भुललासी वरलिया रंगा।।
चोखा डोंगा परी भाव नव्हे डोंगा।
काय भुललासी वरलिया रंगा।।

पंढरपूर व मंगळवेढे ही दोन तीर्थक्षेत्रे म्हणजे त्यांची कर्मभूमी. संत ज्ञानदेव-नामदेव यांचा दीर्घ सहवास चोखोबांना मिळाला. ज्ञानदेव नामदेव यांच्या समवेत तीर्थयात्रेचं पुण्य त्यांना जोडता आलं. नामदेवासारखं त्यांना दीर्घायुष्य लाभलं. हे आयुष्य त्यांनी भागवतधर्माच्या सेवेसाठी अर्पण केलं. पुष्कळ तीर्थक्षेत्रं, देवस्थानं पाहिली पण पंढरीचं महत्त्व त्यांच्या लेखी अद्वितीय होतं.

बहुत हिंडलों देश देशांतर।
परी मन नाहीं स्थिर झालें कोठें।।
बहुत तीर्थ फिरोनिया आलों।
मनासवें झालो वेगळाचि।।
बहुत प्रतिमा ऐकिल्या पाहिल्या।

मनाच्या राहिल्या वेरझरा ।।
चोखा म्हणे पाहता पंढरी भूवैकुंठ ।
मनाचे हे कष्ट दूर गेले ।।

पंढरीचे माहात्म्य चोखोबा दवंडी पिटून सांगतात. खट्याळ नाठाळांनी पंढरीत येऊन शुद्ध व्हावे, या पंढरीत कसलीही भीती नाही, पंढरी म्हणजे ईश्वरी वचनांची पेठ.

टाळी वाजवावी गुढी उभारावी ।
वाट ते चालावी पंढरीची ।।
पंढरीची हाट, कऊलांची पेठ ।
मिळाले चतुष्ट वारकरी ।।
हरिनाम गर्जतां भय नाहीं चित्ता ।
ऐसे बोले गीता भागवत ।।
खटनट यावें शुद्ध होवोनि जावे ।
दवंडी पिटे भावें चोखामेळा ।।

सोलापूर जिल्ह्यातील मंगळवेढे गावी गावकोटाचे काम सुरू असताना कोट ढासळला आणि त्याखाली चोखोबा गाडला गेला. त्याकाळी मंगळवेढ्याला ऐतिहासिक महत्त्व होते. चोखोबांचा देहपात इ. स. १३३८ मध्ये झाला. त्यापूर्वी सुमारे वीस वर्षे मुसलमानी राजवटीचा अंमल महाराष्ट्रात सुरू झाला होता. यावनी सत्तेचा अंमल होता. सगळीकडे अंदाधुंदी, जाळपोळ,भ्रष्टाचार चालू होते. या पडत्या काळात महार समाजाला कोणीही वाली नव्हता. या अज्ञानी मागासलेल्या समाजाचे आत्यंतिक हाल होत होते. यांना वेठीस धरून अति कष्टाची कामे करायला लावत असे. अशा कष्टाच्या प्रसंगीसुद्धा देवाची आठवण ठेवणारा चोखोबा देवाला विनंती करायचा,

काम क्रोध वैरी लागले पाठी ।
पाडिलिसी तुटी तुमची माझी ।।
आतां लवकरी सोडवी दातारा ।
चुकवी येरझार जन्ममरण ।।
बहु काकुळती येतो करुणा करा ।
न दिसे दुजा थारा तुम्हांविण ।।
चोखा म्हणे तू आमुचि माऊली ।
कृपेची साऊली करी देवा ।।

महाद्वारी उभे राहून अखंड नामचिंतनात मग्न असलेल्या चोखोबांमुळे इतर जातींतील संतांना प्रेरणा मिळाली. संत नामदेव व चोखामेळा खांद्याला खांदा लावून प्राणपणाने लढल्यामुळे वर्णाश्रमाला विरोध करू शकले. कर्मठांच्या वर्णाश्रमामुळे खालच्या थरातील लोक धर्मांतर करून मुसलमान होत होते. यावनी राजसत्ता त्यांच्या पाठीशी होती. चोखोबांना हे वास्तव पाहावत नव्हते. त्यामुळे त्यांनी आपली सारी शक्ती धर्मांतर रोखण्यासाठी वापरली. चोखोबांचं हे कार्य वैशिष्ट्यपूर्ण आहे. या कार्यासाठी निरपेक्ष भक्ती हीच त्यांची शक्ती होती.

शुद्ध चोखामेळा । करी नामाचा सोहळा ।।
यातिहीन मी महार । पूर्वी निळाचा अवतार ।।
कृष्णनिंदा घडली होती । म्हणोनि महार जन्मप्राप्ती ।।
चोखा म्हणे विटाळ । आम्हा पूर्वीचे हे फळ ।।

भक्तराज नामदेवांचा शिष्य म्हणविणाऱ्या चोखोबांची संतश्रेष्ठ ज्ञानराज माउलींवर नितांत श्रद्धा होती. माझा प्राणसखा ज्ञानेश्वर म्हणजे महाविष्णूचे अवतार आहेत. या चारी भावंडांच्या पायी चोखा लोळण घेतो.

महाविष्णुचा अवतार । प्राणसखा ज्ञानेश्वर ।।
आदिनाथाचा अवतार । निवृत्ती म्हणती साचार ।।
चतुराननाचा अवतार । तो हा सोपान निर्धार ।।
आदिमाया मुक्ताबाई । चोखा घालतो लोळणी ।।

चोखोबांचे अभंग भक्तिरसात न्हाऊन निघाले. या भक्तिरसाचा परिणाम जसा तत्कालीन समाजावर झाला. तसाच त्यांच्या कुटुंबीयांवरही झाला. निर्मल भक्तीमुळे, शांत -समजंस वृत्तीमुळे बहुजनसमाजाला त्यांनी योग्य मार्गदर्शन केले. वर्णाश्रमाला धरून प्रत्येकाने कार्यमग्न असावे. कष्टात आपला देव आहे, हा त्यांचा महत्त्वाचा संदेश होता. चोखोबांची पत्नी सोयराबाई विठूभक्त होती. चोखोबांची बहीण निर्मला हिचा विवाह सोयराबाईचा भाऊ बंका ह्याच्याशी झाला. चौघेही निस्सीम विठूभक्त होते. चौघांची अभंगरचना प्रसिद्ध आहे. चोखोबांचे अलौकिक कार्य सर्वमान्य आहे. संतांच्या मांदियाळीत त्यांना प्रतिष्ठा होती व आजही आहे.

पंढरपूर ही संताची मिरास. पंढरी हे भूलोकीचं वैकुंठ. या पंढरीत आपण देह ठेवावा ही संत चोखोबांची इच्छा. देवाच्या कृपेवर मी पोसतो आहे, त्यामुळे माझं दुःख देवच घालविणार, माझी इच्छा तोच पुरी करणार, ही चोखोबांची दृढ श्रद्धा होती.

त्यामुळे गावकोटाचं काम चालू असता ढासळलेल्या कोटाखाली मंगळवेढ्यात चोखोबांचा देह गाडला गेला. पंढरीरायाच्या सांगण्यानुसार भक्तराज नामदेवांनी चोखोबांच्या अस्थी पालखीत घालून पंढरपुरी आणल्या. विठोबाच्या देवळासमोर मिरवत नेऊन पुरल्या आणि त्यावर वैशाख वद्य त्रयोदशीला इ. स. १३३८ मध्ये समाधी बांधली. ही समाधी नामदेवांच्या पायरीसमोर आहे. संत चोखामेळ्यांच्या समाधीचे दर्शन घेऊन नामदेवांच्या पायरीवर माथा टेकवून नंतर भाविक, संतसज्जन विठूरायाच्या दर्शनाला जातात. हा संकेत वारकरी आजही पाळतात. मरणोत्तर विठूभक्तीचं पुण्य जोडणाऱ्या चोखामेळ्यांच्या अस्थीतून संत नामदेवांना विठूचा गजर ऐकू आला यातच चोखामेळ्यांच्या निरपेक्ष भक्तीचं रहस्य आहे.

कोण आता माझा करील परिहार।
तुजवीण डोंगर उतरी कोण।।
तू वो माझी माय, तू वो माझी माय।
दाखवी गे पाय झडकरी।।
बहुत कनवळा तुझिया गा पोटी।
आता नको तरी करू सेवा।।
चोखा म्हणे मज घ्यावे पदरात ।
ठेवा माझे चित्त तुमच्या पायी।।

– सोयराबाई –

(१३ वे – १४ वे शतक) संत चोखामेळा यांची पत्नी सोयराबाई पांडुरंगाची निस्सीम भक्त होती. संत सोयराबाई म्हणजे महाराष्ट्राचे भूषण. ज्ञानदेव नामदेवांनी विठूभक्तीचा गजर केल्यामुळे विठूभक्तीला त्या काळी बहर आला. जातिनिरपेक्षपणे कवित्त्वाचे वारे चहूकडे पसरले. ज्ञानदेव – नामदेव यांना समकालीन असलेली संत कवयित्री म्हणजे संत सोयराबाई. भक्तीचा सोयरा असलेल्या चोखोबांच्या सहवासात सोयराबाईचं सोनं झालं. भक्तिरसात ओले चिंब झालेले सोयराबाईचे बासष्ट अभंग आज उपलब्ध आहेत. या अभंगांत विषयांची विविधता आहे.

माणसाचे मोठपण जन्माने नाही तर गुणांनी सिद्ध होते याची प्रचिती सोयराबाईवरून येते. सदाचारी, सोज्वळ वृत्तीच्या सोयराबाई अती भाविक होत्या. पातिव्रत्याचा अभिमान–आनंद असणाऱ्या त्यांनी 'महारी चोखियाची' अशी नाममुद्रा घेतली. भक्तिरसात रंगून गेलेल्या सोयराबाई पंढरीनाथाच्या दर्शनाने स्वत:ला विसरल्या आणि

पंढरीनाथाशी एकरूप झाल्या. अमंगळ असे भेदाभेद संपून गेले. काम, क्रोध इ. शत्रू नाहीसे झाले.

अवघा रंग एक झाला। रंगी रंगला श्रीरंग।।
मी तू पण गेले वाया। पाहता पंढरीया राया।।
नाही भेदाचे ते काम । पळोनि गेले काम क्रोध।।
देही असुनी तू विदेही। सदा समाधिस्थ पाही।।

या अभंगावरून त्यांची अद्वैत तत्त्वज्ञानाची जाण लक्षात येते. पाहणारा आणि जे पाहायचे आहे ते हे अद्वैत संपून गेल्याची भावना त्यांची आध्यात्मिक उंची दाखविते.

नामस्मरणाचे महत्त्व तिने जाणले होते. विठ्ठलाचे नाम म्हणजे भवसागर तारणारे तारू आहे. आपल्या मनीचा प्रामाणिक भक्तिभाव जाणून देवाने आपल्याला धन्य करावे ही तिची आर्त मागणी. यासाठी तिने काही दृष्टान्त दिले आहेत. ज्या पांडुरंगाने विदुराघरच्या कण्या गोड मानल्या, द्रौपदीच्या भाजीच्या एका पानाने जो तृप्त झाला, तो नारायण आपल्यावर कृपा करील, अशी तिची दृढ श्रद्धा आहे. भवसागरात आपण बुडतोय, अशा वेळी त्या दयाघनाने आपल्याला तारावे, ही तिची तळमळ आहे.

नामस्मरणामुळे महापापी वाल्मीकी, गणिका, अजामेळ यांच्यासारखे किती तरी भक्त तरले.

सुखाचे हे नाम आवडीने गावे। वाचे आळवावे विठोबासी।।
संसार सुखाचा होईल निर्धार। नामाचा गजर सर्व काळ।।
कामक्रोधाचे न चलेचि काही। आशा गनशा पाही भूर होती।।
आवडी धरोनि वाचें म्हणे हरि हरि। म्हणतसे महारी चोखियाची।।

अमृतवल्ली नामाचं महत्त्व ती अभंगातून सांगते. आपल्या अंगी असलेले सद्‌गुण नामस्मरणभक्तीच्या माध्यमातून वर्धिष्णू करणे म्हणजे अनन्य भक्ती. 'एक नाम सार वाऊगा पसार।' या अनुभवातून नंतरचे तिचे अभंग परिणामकारक वाटतात.

समाजातील स्वतःचे उपेक्षणीय स्थान ती जाणून होती. ही जाण तिच्या अभंगातून बोलकी झाली आहे. 'आमची तो दशा विपरीत झाली।' हा तिचा आत्मानुभव. विठ्ठलाने सत्वर येऊन त्याच्या मनात आपल्या विषयीची करुणा जागवावी, यासाठी ती पांडुरंगाच्या दारी धरणे धरून बसली. शिणल्या भागलेल्यांचा विसावा म्हणजे पांडुरंग. पांडुरंगाच्या उच्छिष्टाची आस असल्यामुळे 'आमुचे सुखदुःख दुजा कोण वारी। तुम्हीच श्रीहरि मायबाप।।' असे ती पांडुरंगाला सांगते.

मूलबाळ नसल्यामुळे ती पांडुरंगाला नित्य आळविते.

म्हणे घरधन्यासी विठोबाचा छंद।
आठविती गोविंद रात्रंदिवस।।
संसारीं सुख नाहीं अणुमात्र।
सदा अहोरात्र हाय हाय।।
पोटींही संतान न देखेचि काहीं।
वाया जन्म पाही झाला माझा।।

प्रामाणिक भक्तीमुळे पांडुरंग प्रसन्न झाला आणि सोयराबाईंना पुत्ररत्न झाले. कर्ममेळा हा त्यांचा पुत्र वडिलांप्रमाणे खरा भगवद्भक्त होता. एकदा सुखाने आपल्या पदरात घेतलेल्या भक्ताला पांडुरंग दूर सारत नाही ही तिची श्रद्धा

'आता नका धरू दुरी। म्हणे चोखियाची महारी।.'

पतीच्या सहवासात नामभक्ती तिच्या श्वासात मुरली. या नामस्मरणाच्या भक्तीमुळे ती संतपदावर आरुढ झाली.

'नाम हें सोपें, नाम हें सोपें। नाम हें सोपें मुखीं गातां।।

असा ध्यास तिला लागला. नाम साऱ्या साधनांचे सार असल्याचे ती अनुभवाने सांगते.

आपण जातीने महार असल्यामुळे लोक आपल्याला अस्पृश्य समजतात याची जाण सोयराबाईंना आहे. पण देव- भक्त यांच्या नात्यात सोवळेओवळेपणाला महत्त्व नाही, ही भागवतधर्माची शिकवण समजण्याइतकी त्यांच्या बुद्धीची झेप होती. म्हणून त्या म्हणतात.

देहासी विटाळ म्हणती सकळ। आत्मा तो निर्मळ शुद्ध बुद्ध।।
देहीचा विटाळ देहींच जन्मला। सोवळा तो झाला कवण धर्म।।
म्हणोनि पांडुरंग वानितसे थोरी। विटाळ देहांतरीं वसतसे।।
देहाचा विटाळ देही निर्धारी। म्हणतसे महारी चोखियाची।।

देहाचा विटाळ असला तरी आत्मा निर्मळ आहे. म्हणून मी तुझी थोरवी गाते असे ती पांडुरंगाला सांगते. आत्मा शुद्ध व निर्मळ असल्याची प्रचिती सोयराबाईंना आली. स्थूल, सूक्ष्म, कारण, महाकारण या चारही देहांचा विरास झाला. सोवळं - ओवळं या कल्पना संपून गेल्या आणि अद्वैताचा साक्षात्कार त्यांना झाला.

अद्वैताची अनुभूती आल्यामुळे समाजातील बुवाबाजीवर त्यांनी प्रहार केला. साधूपणा, बुवाबाजीचे ढोंग पांघरणाऱ्यांचा बुरखा समाजमनाने फाडायला हवा.

'ऐसा नर तो दुराचारी। म्हणे चोख्याची महारी।' असं ती समाजाला परखडपणे सांगते.

मनाच्या कमकुवतपणामुळे समाज अशा ढोंगी साधुपुरुषांच्या आहारी जातो आणि त्याची फसवणूक होते. अशा दुराचारी लोकांच्या आहारी जाण्यापेक्षा भक्तिमार्गाने जावे असा संदेश त्या देतात. भक्तिमार्गावरून जाताना आत्मोद्धाराचे महत्त्व समजते. प्रपंच मुळातच दुःखदायक आहे. प्रपंचात आप्तजन सुखात सोबत करतात, दुःखात आपले कोणी नसते, असतो केवळ पांडुरंग.

अवघे सुखाचे सांगाती। दुःख होता पळती आपोआप।'

या वास्तवाला सामोरं जाताना पांडुरंगाची भक्ती करावी. 'माझे माझे' असं म्हणून संसाररूपी मृगजळाच्या मागे धावण्यापेक्षा, परमार्थ साधा असं सोयराबाई सांगते.

'आपुली आपण करा आठवण। संसारबंधन तोडा-वेगी।' असा संदेश देते.

चोखोबांच्या समाधीचे अभंग तिच्या नावावर आहेत. चोखोबांची महासमाधी म्हणजे तिला आनंद सोहळा वाटतो. सोयरा म्हणजे आप्त, जवळचा. ही जवळीक अर्थातच निरपेक्ष प्रेमाची. सोयरा हे जिवा-भावाचं नातं, चोखोबांच्या पत्नीला विठ्ठलाचा सोयरा म्हणायचं भाग्य लाभलं. हे भाग्य तिच्या गुणसंपदेमुळे मिळालं,हे निर्विवाद आहे.

– संत निर्मलाबाई –

संत निर्मला ही चोखोबांची बहीण. भक्तिभाव ही तिची संपत्ती. चोखोबांप्रमाणेच निर्मलालाही आयुष्यात असंख्य संकटांना तोंड द्यावं लागलं. आपल्या भावाला चोखोबांना सद्गुरु मानून तिने नामस्मरणभक्ती केली. प्रपंचापेक्षा परमार्थाच्या वाटेनं जाण्यात तिनं धन्यता मानली.

चोखा म्हणे निर्मलेसि। नाम गाये अहर्निशिं।।
तेणें संसार सुखाचा। इह परलोक साचा।।
साधन हेंचि थोर असे। शांति दया क्षमा वसे।।
ऐकतांचि आनंदली। निर्मला म्हणे मिठी चरणीं घाली।।

नामाचा छंद जडल्यामुळे तिने संसार देशोधडीला लावला. निर्मलाला संसाराचा उबग आला. दारिद्र्याने पिडलेला संसार आणि समाजाकडून होणारी उपेक्षा, त्यामुळे तिला चहूकडे वणवा पेटलाय असे तिला वाटे. चारी बाजूंनी वणवा पेटून, हे देवा, तुला माझी दया कशी येत नाही? पांडुरंग भक्तांच्या वात्सल्यापोटी पंढरीत उभा आहे. त्यासाठी

त्याने वैकुंठाचा त्याग केला आहे. पांडुरंग हा अनाथांचा नाथ आहे. त्याची कीर्ती त्रिभुवनात दरवळते आहे. हा पतितपावन आहे, अशी तिची श्रद्धा आहे.

'अनाथ परदेशी तुम्हावीण कोण। सुखे समाधान करा माझे।'

अशी गळ ती पांडुरंगाला घालते. मायबापा विठ्ठला, लवकर ये आणि मला या पाशांतून सोडव, अशी विनवणी ती पांडुरंगाला करते.

चहूंकडे देवा दाटला वणवा।
कां नये कनवा तुजलागीं।।
सापडले संधी संसाराचे अंगी।
सोडावी लगबगी मायबापा।।

देवा, मला या संसाराचा अगदी उबग आला आहे. तूच हा संसाराचा फासा तोडणारा आहेस. देवा, रात्रंदिवस तुझ्या भेटीसाठी जीव तळमळतो आहे. तुझी पावलं मला कधी दिसतील? देवा, तुम्हाला चोखामेळ्याची शपथ आहे. लवकर या, मला सोडवा.

रात्रंदिवस मन करी तळमळ।
बहु हळहळ वाटे जीवा।।
काय करूं आतां पाऊले न दिसती।
पडिलीसे गुंती न सुटे गळें।।
बहु उबग आला संसाराचा।
तोडा फासा याचा मायबापा।।
निर्मला म्हणे आता दुजेपण।
चोखियाची आण तुम्हा असे।।

प्रापंचिक चटके सहन न झाल्यामुळे त्यातून सुटका होण्यासाठी ती पांडुरंगाला साकडे घालते. संसारात अणुमात्र सुख नसल्याचं वास्तव ती सतत सांगते.

चोखियास सुख विश्रांती दिधली।
माझी सांड केली दिसतसे।।

चोखोबांप्रमाणे आपल्या संसाराचा फास विठ्ठलाने तोडावा, ही तिची अंतरीची तळमळ.

अनाथांचा नाथ कृपावंत देव।
घडो तुमची सेवा अहर्निशी।।
अठ्ठावीस युगे विटेवरी उभा।
वामभागी शोभा रुक्मा देवी।।

पतितपावन गाजे ब्रीदावळी।
पुरवावी आळी हीच माझी।।
उभा विटेवरी ठेवोनि चरण।
म्हणतसे बहिण चोखियांची।।

देवा, पतितपावन हे तुझे ब्रीद आहे, त्यामुळे तू माझी इच्छा पूर्ण कर, असे ती देवाला सांगते.

सहस्र जन्मांचे पुण्य गाठी असले तरच मुखी विठ्ठलाचे नाम येते. परद्रव्य, परनारी, परनिंदा ज्यापासून लांब गेलेला, परमार्थात अढळपद प्राप्त करतो.

निर्मलाही वारकरी संत कवयित्री आहे. चोखोबा तिच्या घरी मुक्कामाला असताना, पांडुरंगाने तिचं रूप धारण करून चोखोबाच्या पत्नीचे सोयराचे बाळंतपण केले, अशी आख्यायिका आहे. निर्मल नामस्मरणामुळे तिने पांडुरंगाला आपलेसे केले. निरपेक्ष भक्तीमुळे तिचा उद्धार झाला.

– संत बंकामेळा –

संत चोखामेळा यांचं सर्व कुटुंब परमार्थात गती असलेलं होतं. बंका हा चोखोबांची बहीण निर्मला हिचा पती, म्हणजे चोखोबांचा सख्खा मेव्हणा, एक वारकरी संतकवी. बंका महार हा सोयराबाईंचा सख्खा भाऊ.

'बंका म्हणे माझा चोखा गुरु माउली।
तयाचे पायी लोटांगण।'

संतांचे गुणवर्णनपर अभंग बंकाने लिहिले. बंकाचे अवघे ४० अभंग उपलब्ध आहेत. आर्तभक्ती, नाममहिमा, नामाने तरून गेलेले भक्त, पंढरी, पांडुरंग, गुरुपरंपरा इ. विषयांवर बंकाचे अभंग उपलब्ध आहेत. चोखोबांना गुरू मानून त्यांच्या मार्गाने वाटचाल केल्यामुळे बंकाच्या अभंगांवर चोखोबांची छाप आहे.

बंका ज्ञानदेवांप्रमाणेच विठ्ठलाला सर्व सुखाचे आगर मानतो.

'बंका म्हणे ऐसा कृपेचा कोवळा।
पाळी भक्तलळा प्रेमासाठी।।'

पंढरीचा पंढरीनाथ हे बंकाचे सर्वस्व. पंढरीनाथाला भक्ताच्या प्रेमाशिवाय अन्य कसलीही अपेक्षा नसते. या विठ्ठलाच्या वर्णनात सर्व संतांनी धन्यता मानली. विठ्ठलाचे वर्णन करताना बंका म्हणतो–

'सावळें सगुण उभे कर कटीं। मूर्ति हे गोमटी बाळरूप।।
शंखचक्र करीं ते कटावरी। पीतांबरधारी चतुर्भुज।।
लावण्याचा गाभा श्रीमुख चांगलें। श्रीवत्स शोभलें हृदयावरी।।
बंका म्हणे धन्य देवांचा हा देव। वैकुंठीचा राव पंढरीये।।'

चोखोबांनी बंकाला सुलभ असा नामभक्तीचा मार्ग दाखविला. बंकाने नामभक्तीचा मार्ग आचरिला.

'नामची चांगलें नामची चांगलें।
जडजीव उद्धरले नेणों किती।।'.

चोखोबांच्या कृपेने बंकाला आत्मसाक्षात्कार झाला. त्याची वासना उडाली, तृष्णा मावळली, कल्पना गेली, अहंकार देशेधडीला गेला, कामक्रोधाचे फासे नष्ट झाले, मोहममतेचे जाळे त्याने पूर्णत: तोडून टाकले. बंकाच्या हृदयात दया व शांतीच्या सुखद लाटा उचंबळल्या. वेदशास्त्रांना न कळणारा पांडुरंग बंकाने आपलासा केला. विठ्ठलाला त्याने पूर्ण जिंकले. याचे सारे कर्तृत्त्व स्वत:कडे न घेता गुरूला कर्तृत्व अर्पण करण्याची समर्पित वृत्ती बंकाची होती.

'बंका म्हणे सुख तयाचें संगतीं। बैसेन पंगतीं 'हरिदासा।'

'तूं माझा मायबाप सकळ वित्त गोत। तूं माझे गणगोत पंढरीराया।।'

हे विठ्ठला, तू दीनांचा नाथ आहेस, दयाळू आहेस. मग तू माझा उद्धार का करत नाहीस? मी यातिहीन असलो तरी तुझा भक्त आहे. जड जीवांच्या उद्धारासाठी बंकाने चोखोबा, गोरोबा, सेना महाराज यांची चरित्रे लिहिली. हीन जातीत जन्माला येऊनही भक्तिमार्गाने गेल्यामुळे पांडुरंगाने या तिघांचा उद्धार केला ही गोष्ट बंकाला विशेष उल्लेखनीय वाटते.

चोखोबांच्या चरित्रातील दोन महत्त्वाच्या घटनांचा उल्लेख मोठ्या श्रद्धेने बंका करतो. वृद्ध ब्राह्मणाच्या रूपाने येऊन पंढरीनाथाने चोखोबांना पुत्ररत्नाचा प्रसाद दिला. पंढरीच्या पांडुरंगाने भक्तीला भुलून चोखोबाच्या पत्नीचे, सोयराबाईचे बाळंतपण केले. गोरोबाच्या चरित्रात, पांडुरंग रखुमाईसह कुंभाराचं रूप घेऊन आला, हे सांगायला बंका विसरत नाही. सेनामहाराजांच्या भाग्यामुळे त्यांच्यासाठी साक्षात पांडुरंग न्हाव्याचे रूप घेऊन आला असं बंका म्हणतो. या उदाहरणांवरून बंका म्हणतो की भक्तांचा लळा पुरवायाला पांडुरंग नित्य तयार असतो. फक्त प्रामाणिक, अनन्य भक्ती हवी. पांडुरंगाच्या भेटीसाठी त्याला शरण जायला हवं, असा संदेश बंका आपल्या अभंगांतून देतो.

विटेवर चरण मिरवणारा विठ्ठल बंकाच्या ध्यानीमनी आहे. असा हा विठ्ठल चंद्रभागेच्या तटी, विटेवर कमरेवर हात ठेवून उभा आहे. हा विठ्ठल भक्तांना सर्व काही देणारा आहे; भक्तांना अभय देणारा आहे. बंका म्हणतो-

चरण मिरवले विटेवरी दोनी। ध्यातसे ध्यानीं सदाशिव।
तो हा पंढरीराव कर दोन्ही कटीं। उभा असे तटीं भीवरेच्या।।
मुगुट कुंडलें श्रीमुख शोभलें । ध्यानीं मिरविले योगियांच्या।
बंका म्हणे सर्व सिद्धींचा दातार। भक्तां अभयकर देत असे।।

- कर्ममेळा -

संत चोखोबांना विठ्ठलाच्या कृपेने लाभलेला प्रसादरूपी पुत्र म्हणजे कर्ममेळा. प्रत्यक्ष पांडुरंग चोखोबाची बहीण निर्मला हिचं रूप घेऊन आला आणि त्याने सोयराबाईचे बाळंतपण केले अशी श्रद्धा भक्तराज नामदेवांची होती. पांडुरंगाच्या कृपेने झालेला कर्ममेळा पांडुरंगभक्त असला तर त्यात नवल काय? कुळाची यातिहीनता व उपेक्षा यांचा अनुभव कर्ममेळाने घेतल्यामुळे त्याचे चित्र त्या अभंगात दिसते. कर्ममेळ्याचे २७ अभंग उपलब्ध आहेत. त्यांतून या अनुभवाचे, वेदनेचे प्रतिबिंब दिसते.

विठ्ठलाचा खराखुरा भक्त असलेला कर्ममेळा विठ्ठलाला नित्य तुझ्या पायी ठेव अशी विनवणी करतो. देवा तुझ्या चरणांवर अखंड माझं मन वाहिलं आहे. माझ्या ध्यानी-मनी-स्वप्नी तुझंच रूप आहे. आपल्या मनातील सच्चा भाव अभंगातून बोलका झाला आहे. कर्ममेळा म्हणतो-

अखंड तें मन ठेविलें चरणीं। आणिक तें ध्यानीं आहे माझ्या।
गोड गोजिरी विठोबाचीं पाऊलें। सुखें म्या ठेविलें मस्तकासी।।
वाया तोंडपिटी करा कशासाठी। तुमची तो रहाटी कळों आली।
कर्ममेळा म्हणे लोटांगण पायीं। मागणे तें देई हेंचि एक।।

संतांच्या चरणाची आस कर्ममेळ्याला आहे. कारण संतचरणावर मस्तक ठेवले, त्यांच्या चरणाची पायधूळ मस्तकी लावली की सारी पूर्वकर्मे व पापे जळून जातील असा त्याचा विश्वास आहे. या जीवाला संगतीची आवड आहे. तेवढी इच्छा पूर्ण करण्याची विनंती कर्ममेळा पांडुरंगाला करतो.

संतांची संगती आवडे या जीवा। आणिक केशवा दुजें नको।
कर्ममेळा म्हणे पंढरीनिवासा। पुरवावी आशा हीचि माझी।।

आणिक वासना नाहीं दुजी मना। संतचरणीं जाणा मस्तक हें।
घालीन लोटांगण वंदीन पायधुळी। पूर्व कर्मा होळी होय तेणें।।

आपल्या यातिहीनतेची सल कर्ममेळा अनेकदा व्यक्त करतो. पांडुरंगाशी कलह मांडतो. आपला जन्म उष्टे खाण्यात गेला, पण पांडुरंगाला याची आठवण नाही, याचं कर्ममेळ्याला फार वाईट वाटतं. अती प्रेमामुळे तो पांडुरंगाला विचारतो–

जन्म गेला उष्टे खाता।
लाज न ये तुमचे चित्ता।।

कर्ममेळा काकुळतीला येतो आणि विठ्ठलाला विचारतो–
'म्हणे चोखियाचा कर्ममेळा। कासया जन्म दिला मला।।----'
विठ्ठला तुझ्याशिवाय आम्हाला दुसरं कोणी नाही. तूच माझं सर्वस्व आहेस. मग माझ्याकडे पाठ का फिरवितोस? आपल्या वडिलांच्या भक्तिपायी विठ्ठल आपल्या घरी जेवला, याची जाणं कर्ममेळ्याला आहे.

'आमुच्या बापाच्या पुण्याचिया राशी।
म्हणोनि जेविलासि त्याचे घरी।।.'

माझा भाव, माझी भक्ती प्रामाणिक आहे . मग माझ्याकडे का पाठ फिरवतोस? **'मज कोण आहे गणगोत,'** असा सवाल तो करतो.

'कर्ममेळा म्हणे कर्म हीन भासे।
भोगणें सहजें सहज असे'.

त्याचे विश्वात्मक दुःख त्याच्या अभंगातून व्यक्त झाले आहे.

'हीनत्व आम्हासि हीनत्व आम्हासि।
हीनत्व आम्हासि देवराया।।'.

कर्ममेळ्याचं दुःख आपल्याला अंतर्मुख करतं.

आपलं दुःख, वेदना सहन न झाल्यामुळे देवाशी कलह करणारा कर्ममेळा त्याच्याच भक्तीने उचंबळून रडतो. आपल्या मनातील आर्त लडिवाळ पांडुरंगाला सांगतो. श्रेष्ठ भक्तिभावाने कर्ममेळ्याला 'विंश्वी विश्वंभर कोंदलासे' याचा साक्षात्कार होतो. हा अनुभव तो घेतो. समाजातील दऱ्या मानवनिर्मित आहेत. अवघं विश्व विठूमय आहे याचा अनुभव तो घेतो. परमेश्वराला बोल लावण्यापेक्षा समाजमनात परिवर्तन घडवून आणलं पाहिजे याची जाणीव त्याला होते. आसुरी संपत्तीच्या मार्गाने न जाता दैवी संपत्तीची कास धरणारा कर्ममेळा अखेर विठ्ठलमय होऊन जातो. अद्वैतभक्तीचा अनुभव घेतो.

– परिसा भागवत –

संत नामदेवांना समकालीन असलेला एक मराठी संत कवी म्हणजे परिसा भागवत. त्यांचा काळ म्हणजे इ.स. १३वे-१४वे शतक. तत्कालीन समाजरचनेवर प्रकाश टाकणारे, भक्तराज नामदेवांची पारमार्थिक उंची सांगणारे, स्वत: परिसा भागवताची आत्मोद्धाराची तळमळ व अहंकाराचा त्याग करण्याचं महत्त्व विशद करून सांगणारे परिसा भागवताचे किती तरी अभंग आज उपलब्ध आहेत. पारमार्थिक उंची जातिधर्मावर ठरत नाही, तर सदाचार व पूर्वसुकृत यांवर ठरते, हे वारकरी संप्रदायाचे वैशिष्ट्य परिसा भागवत यांच्या उदाहरणावरून महाराष्ट्राला समजते. पंढरपूरवासी परिसा भागवत यांना आपल्या विद्वत्तेचा व ब्राह्मण्याचा अति अभिमान होता. नामदेवांचा द्वेष करणारा परिसा भागवत पुढे नामदेवांचे शिष्यत्व पत्करतो.

परिसा भागवत रुक्मिणीमातेचा एकनिष्ठ भक्त होता. संत नामदेवांचा मोठेपणा, उत्कर्ष परिसा भागवताला सहन होत नसे. एका प्रसंगी हा नामदेवाला अत्यंत कठोर बोलला

परसा म्हणे नामयासी। अरे नामदेवा परियेसी।
तूं तंव दवडिल्या न जासी। मनीं न लाजसी अझुनी।।
परसा वदे नामयासी। तुझे पूर्वज माझे चरणापाशीं।।

त्याने नामदेवाला, नामदेवाचे पूर्वज आपल्याला नमस्कार करत असल्याचे सांगितले. म्हणजे परिसा भागवत नामदेवांपेक्षा मोठा असल्याचे समजते. परिसा भागवताने नामदेवांचा अपमान केला होता. कठोर दूषणे लावली होती. ‘‘नामदेवा, तू हरिदास झालास, तरी तुझी याती हीनच आहे, हे तू कधी विसरू नकोस. तू मुळात काही शिकलेला नाहीस, वेदशास्त्रांचा तुला परिचय नाही, तू कुटील आहेस, वैष्णवजनांना तू भुलवले आहेस, पण तू माझा सेवक आहेस, हे विसरू नकोस?.’’ आपल्या या बोलण्याने नामदेव आपल्याशी भांडेल, वादंग माजवेल, असा परिसा भागवतांचा समज होता. पण प्रत्यक्षात मात्र उलटेच घडले. नामदेवांनी परिसा भागवतांचा मोठेपणा मान्य करून चरणतीर्थ मागितले. ‘चरणी धरूनीच राहतो। विष्णुदास नामा।’ नामदेवमहाराज म्हणजे नम्रता, लीनता यांची मूर्ती. वास्तविक नामदेवांची नम्रता बघून परिसा भागवत यांच्यात परिवर्तन होणे आवश्यक आहे. परंतु तसे न होता नामदेवांनी चरणस्पर्श केलेला पाहून परिसा भागवतांचा अहंकार सुखावला.

आपल्या अहंकाराची कहाणी घरी येऊन बायकोला सांगितली.

'मज आणि नामयासी। झाला विवाद परस्परें।' असे सांगून सर्वासमक्ष नामदेवांनी आपल्याला वंदन कसं केलं, याचं रसभरित वर्णन त्याने पत्नीपुढे केलं.

परसा सांगे आपुली महिमा।
आजि फजीत केला नामा।।
पुढती शरण आला आम्हां।
सकळ जना देखतां।।

विष्णुदास असूनही आपण नामदेवापेक्षा कसे श्रेष्ठ आहोत; अशा बढाया पत्नीपुढे मारल्या. आपले कुळगोत्र धन्य आहे. पतीच्या बढाया ऐकून ती साध्वी पत्नी हसली. कारण ती नामदेवांची उंची, पारमार्थिक अधिकार जाणून होती. आपल्या पतीने रागावू नये अशी विनवणी करून नामदेवांचा महिमा सांगून तिने पतीची कानउघडणी केली.

यावरी काय बोलिली पतिव्रता। विनंती करितें कोपूं नका।।
तुम्हासीं गर्व जरी नसता। तरी घरीं भेटता परमात्मा।।
तुम्ही ब्राह्मण पवित्र धन्य। मुखीं वेद हरीचें नाम।
वरी गर्व अवलक्षण। सकळही धर्म लोपले।।

नामदेवांना प्रत्यक्ष पांडुरंगाने दर्शन दिल्यामुळे, नामदेव जर घरी आले तर प्रत्यक्ष पांडुरंग आपल्या घरी आल्याचे पुण्य आपल्याला लाभेल. नामदेवांचा आपण आदर करावा. गर्व व अहंकार ज्ञानाच्या आड येतो. पांडुरंग ज्याचा सखा आहे, ज्याने आपल्या भक्तिसामर्थ्याने औंढ्या नागनाथाचे मंदिर फिरविले, त्याचा अगाध महिमा आपण नम्रपणे मान्य करावा.

गर्व सांडाजी वोजा। तरी पंढरिराज भेटेल।

पत्नीच्या कानउघडणीमुळे परिसा भागवत अंतर्मुख झाले; तरी गर्व सोडणे सोपे नव्हते. परिसा भागवत यांचा पंढरीत मोठा नावलौकिक होता. प्रत्यक्ष आदिमाता त्यांना प्रसन्न असल्यामुळे त्यांची वाणी प्रासादिक होती.

नित्य महाद्वारीं वाची रामायण।
करीत श्रवण साधुसंत।।

नामदेवासारखे संत परिसाच्या प्रवचनाचा आस्वाद घेत.

एकदा नामदेवांनी परिसांना लंकेची रचना कशी आहे याचे सविस्तर वर्णन करण्याची विनंती केली. **'शास्त्र पाहोनिया करितो उत्तर। आणिक विचार पुसे त्यासी।'**

असं म्हणून, नामदेवांना हवी असलेली माहिती आपल्याजवळ नसल्यामुळे परिसांनी काढता पाय घेतला. आपल्याला नामदेवांचे समाधान करता आले नाही म्हणून परिसा अपमानित झाला, अस्वस्थ झाला. परिसा रुक्मिणीमातेच्या भेटीला गेला. रुख्मिणी माता प्रत्यक्ष परिसाशी संवाद करत असे. परिसाने आदिमायेला सांगितलं....

ऐक माते माझी हेचि विज्ञापना।
दावी तू रचना लंकेचि हे।।
पाहोनिया लंका येईन मी माये।
समाधान होय नामयाचें।।
सांगेन तयासी सकळ वृत्तांत।
पुरवी हा हेत आतां माझा।।
लेकुराचे कोण पुरवील लळे।
घेतली म्यां आळ तुजपाशी।।

संत नामदेवांकरवी आपल्या भक्ताचं गर्वहरण करण्याची ही नामी संधी आहे हे जाणून रुक्मिणी मातेने त्याचा हट्ट पुरविला. परिसा आदिमायेबरोबर लंकेला गेला. रामनामाच्या गजराने समृद्ध झालेली लंका परिसाने बघितली. परिसा बिभीषणाच्या सदनात गेला असता, तिथे नामदेव कीर्तन करताना त्याला दिसले, परिसाला आश्चर्याचा धक्का बसला. बिभीषण भान हरपून नामदेवांचे कीर्तन ऐकत होता.

शरण जे गेले माझ्या पंढरीनाथा।
नाही भय चिंता त्यास कांही।।

असं नामदेव सांगत होते, कीर्तनात देहभान हरपून नाचत होते. नामदेवांच्या दर्शनाने परिसाच्या मुखातून शब्दही बाहेर पडेना. परिसा आदिमायेबरोबर परत पंढरीत आला. पण त्याचा पीळ मात्र कमी झाला नाही. परिसाने प्रवचनात बघितलेल्या लंकेचे वर्णन केले. नामदेव हसले व परिसाला म्हणाले, ‘‘परिसा तुझ्या समोर कल्पवृक्ष, चिंतामणी, अमृताचा घड असताना तू त्याचे सेवन केलं नाहीस. ज्याच्या हृदयात नित्य प्रभू रामचंद्र आहेत - त्यांना दर्शनानंतर तू साधा नमस्कारही केला नाहीस. तुझ्या मनाचा अहंकार कधी जाणार? अहंकार गेल्याशिवाय तुझी प्रगती कशी होणार?’’

अहंकारें मोठे मोठे नाडलेती।
सांगसी त्या तू युक्ती शास्त्राच्या ते।।

नामदेवांनी परिसाची कानउघडणी केल्यानंतर तो लज्जित झाला. त्याने नामदेवांचा अधिकार ओळखला. आणि परिसा भागवत नामदेवांना शरण गेला.

गळोनिया गेला त्याचा अभिमान।
झाला तेव्हां लीन संतांपायीं ।।

नामदेवांचं मोठेपण परिसा ऐकून होता. नामदेवांच्या खांद्यावर हात टाकून पंढरीनाथ चालतो हे रूक्मिणी मातेच्या कृपेने स्वत: पाहिले होते. नामदेवांचा मोठेपणा मान्य झाल्यामुळे अहंकार सोडून परिसा लीन झाला. आपण श्रेष्ठ व नामदेव कनिष्ठ हे तो विसरून गेला. नामदेवांच्या चरणी त्याने मिठी घातली.

मागें होतें ते अवघेंचि विसरलों।
लोटांगणीं आलों नामयासि ।।
परसा म्हणे नाम्या तुझें बरवें गाणें।
जैसे कां नाणें टांकसाळींचे ।।

नामदेवाला शरण जाऊन परिसा त्याची स्तुती गाऊ लागला. 'हे नामदेवा तुझ्या कीर्तनात प्रत्यक्ष पांडुरंग नाचतो. तू धन्य आहेस. तू तुझे कुळ उद्धरिले आहेस.' नामदेवांच्यात या स्तुतीमुळे काहीही फरक पडला नाही.

– संत सावतामाळी –

७००-८०० वर्षांपूर्वी मराठी मनात भक्तीची बीजे पेरणारे सावतामाळी म्हणजे महाराष्ट्रातील संतपरंपरेतील एक अग्रगण्य संत होत. 'प्रपंच व परमार्थ यांच्या समन्वयावर भर देणारे जीवनवादी संत' हे त्यांचे वैशिष्ट्य आहे. विधायक जीवनदृष्टीचा विचार त्यांनी त्यांच्या कृतीतून भाविकांना दिला. संत सावतामाळी यांचा आध्यात्मिक अधिकार फार मोठा असूनही संतांच्या प्रभावळीत त्यांना योग्य तेवढा मान मिळाला नाही. संत नामदेवांच्या मांदियाळीतील इतर संताच्या तुलनेने संत सावतामाळी उपेक्षित राहिले का? संत सावतामाळी हे अरणगावचे रहिवासी. आजही आषाढी-कार्तिकी एकादशीला संत एकनाथांची पालखी पंढरपूरला जाताना अरणगावी मुक्काम करून प्रस्थान ठेवते. यावरून त्यांचा अधिकार लक्षात येतो. अरण हे पुणे-सोलापूर महामार्गावर सोलापूर जिल्ह्यात माढा तालुक्यात आहे. सोलापूरपासून ६५ कि.मी. आणि मोडनिंबपासून ५ कि.मी. अंतर आहे.

आध्यात्मिक जीवनसिद्धी प्राप्त झालेले संत सावतामाळी यांच्या देहात पंढरीनाथ काही काळ सूक्ष्मपणे वास्तव्य करून राहिले होते. ते पांडुरंगाशी एकरूप होऊन गेले होते. संत सावतामाळींचा अधिकार संतश्रेष्ठ ज्ञानेश्वर व भक्तराज नामदेव यांना मान्य

होता. संत ज्ञानदेव व नामदेव श्री विठ्ठलाचा शोध घेत अरणगावी गेले असता सावतामाळींच्या पोटातून श्री विठ्ठल बाहेर आले. हे पाहून संत ज्ञानदेवांना, नामदेवांना संत सावतामाळींचा अधिकार समजला. बहुतांशी श्रेष्ठ संतांच्या जीवनात चमत्कार बघायला मिळतात. संत चमत्कार कधी घडवत नाहीत तर पूर्वपुण्यामुळे तसे प्रसंग त्यांच्या आयुष्यात सहजपणे घडतात. त्यांच्या तपश्चर्येमुळे दिव्य शक्ती त्यांना प्राप्त झालेली असते. सावतामाळी हे महाराष्ट्रातील अत्यंत प्रामाणिक शेतकरी होते. विठ्ठलनामाच्या छंदाने त्यांनी आपलं जीवन परमार्थरूप केले. आयुष्यभर महाराष्ट्रात भागवत धर्माचा प्रचार व प्रसार केला. विठूनामाच्या छंदामुळे त्यांचे जीवन कृतार्थ झाले.

सावतामाळी यांच्या व्यक्तिमत्त्वाचे प्रमुख वैशिष्ट्य म्हणजे त्यांनी आपल्या अनुभवातून मांडलेला भक्तिमार्गातील कर्मवाद.

'काम करता करता । देख देवाजीचं रूप ।' – ही गोष्ट त्यांनी स्वानुभवाने समाजाला सांगितली. परमेश्वरप्राप्तीसाठी संसाराचा त्याग करण्याची गरज नाही. जप-तप तीर्थयात्रा करण्याची गरज नाही. नामस्मरणाच्या सुलभ मार्गाने परमेश्वराची भेट होते. सावतामाळी आपल्या अभंगात म्हणतात–

योगायोग तपधर्म । सोपें वर्म नाम घेता ।
तीर्थव्रत दान अष्टांग । यांचा पांग नको आम्हां ।।

आपल्या कामातील प्रामाणिकपणा म्हणजे देव. आपल्या वाट्याला आलेले काम निष्ठेने केले की बाकी सोपस्कार करण्याची गरज नसते. अध्यात्मप्रधान कर्मयोगाचा सोपा विचार आपल्या अभंगातून त्यांनीच मांडला आहे.

'कांदा मुळा भाजी । अवघी विठाई माझी ।
लसूण मिरची कोथिंबिरी । अवघा झाला माझा हरी ।
मोट नाडा विहीर दोरी । अवघी व्यापिली पंढरी ।
सांवता म्हणे केला मळा । विठ्ठलापायीं गोविला गळा ।।'

स्वकर्म म्हणजे मोक्ष. कर्तव्यपालन म्हणजेच विठूची भेट, कर्तव्यनिष्ठा व नीतिमत्ता यांचा विचार महत्त्वाचा. दोन्हींचे मनोभावे पालन करण्यात जीवनाची इतिकर्तव्यता आहे. **'स्वकर्मात व्हावे रत । मोक्ष मिळे हातोहात ।'** ही त्यांची आदर्श विचारसरणी त्यांनी आपल्या कृतीतून संस्कारित केली. पंढरीची वारी करणे ही प्रत्येक मराठी संतांच्या मनाची ओढ. **'पंढरीचा वास चंद्रभागे स्नान'** हा जणू या संतांचा नित्य नेम. आध्यात्मिक क्षेत्रात गुरू हवा, हा अलिखित नियम. पण सावतामाळींची जीवनशैली यापेक्षा निराळी होती. मान-सन्मान, प्रसिद्धी इ. गोष्टींपासून सावतामाळी कायम दूर राहिले.

नको तुझें ज्ञान, नको तुझा मान। माझें आहे मन वेगळिची।
नको तुझी भक्ती नको तुझी मुक्ति। मज आहे विश्रांति वेगळिची।
चरणीं ठेवूनि माथा, विनवतो सांवता। ऐका पंढरीनाथा विज्ञापना।।

सगुण–निर्गुण यांचा सुंदर मेळ संत सावतामाळींनी घातला.

पहा पहा हो परब्रह्म भुललें। जगदीश कां हो परतंत्र झाले।
आदि अंतु नाहीं तया व्यापका। माया उखळी बांधिली देखा।
सांवता स्वामी परब्रह्म पुतळा। तनमनाची कुर्वंडी ओवाळा।।

संत सावतामाळींची अभंगरचना संख्येने अल्प असली तरी ती रससिद्ध आहे.

सावता सागर प्रेमाचा आगर। घेतला अवतार माळीया घरी।
नामा म्हणे त्याचा जन्म सुफल जाहला।
संत एकनाथ महाराज म्हणतात –
'माळियाचे वंशी सावता जन्मला। पावन तो केला वंश त्यांचा।।'

नामाचा सुखसोहळा करणं म्हणजेच नामाची दिवाळी साजरी करणं. भगवंताचे नाम नित्य चित्ती धरणं म्हणजे भक्तिमार्गाचा अवलंब करणं. नामस्मरणामुळे भक्तीची कवाडे सताड उघडतात. कळिकाळाच्या मस्तकावर सोटे मारण्याइतका निर्भिडपणा आमच्यात आला तो केवळ नामाच्या बळावर सावतामाळी आपल्याला सांगतात–

नामाचिया बळे न भीऊं सर्वथा। कळिकाळाच्या माथा सोटे मारू।
वैकुंठीचा देव आणू या कीर्तनी। विठ्ठल गाऊनि नाचो रंगीं।।
सुखाचा सोहळा, करुनि दिवाळी। प्रेमें वनमाळी चित्तीं धरू।
सावता म्हणे ऐसा भक्तिमार्ग धरा। तेणे भक्तिद्वारा वोळंगती।।

सावतामाळी स्वानुभवातून मोक्षप्राप्तीचा मार्ग सांगतात. त्यासाठी ते स्वत:च्या व्यवसायातील उदाहरणे देतात. स्वकर्मात गुंग होऊन काम केलं की देवाची भेट होते. हा खरा भक्तिमार्ग.

आमुचि माळियाची जात। शेत लावूं बागाईत।
आम्हा हाती मोट नाडा। पाणी जातें फुलझाडा।
शांती शेवंती फुलली। प्रेम जाईजुई व्याली।
स्वकर्मांत व्हावें रत। मोक्ष मिळे हातोहात।।

प्रपंचात राहून नामस्मरणाच्या छंदामुळे परमार्थ साधता येतो. प्रत्येक क्षण

सत्कारणी लावला पाहिजे. वेळ वाया घालवू नये. आपल्या पत्नीला उद्देशून सावता सांगतात---

प्रपंची असूनि परमार्थ साधावा। वाचें आठवावा पांडुरंग।
उंच नीच कांही न पाहें सर्वथा। पुराणींच्या कथा पुराणींच ।।
घटका आणि पळ साधी उतावीळ। वाऊगा तो काळ जाऊ नेदी।
सावता म्हणे कांते, जपे नामावळी। हृदयकमळीं पांडुरंग ।।

प्रामाणिक भक्तीमुळे पांडुरंगाशी संवाद साधण्याची शक्ती प्राप्त होते. आपला पांडुरंग हा अनाथांचा नाथ आहे. प्रपंचात आशा, मोह, माया या गोष्टी आपला पाठलाग करतात. काळ रागारागाने माझ्याकडे बघतो आहे. देवा मी तुझ्याशिवाय अन्य कोणाचीही भक्ती करत नाही, तूच तारक आहेस. तेव्हा वेगाने या आणि मला उचलून घ्या, अशी विनवणी सावता करतात.

कां गा रुसलासी कृपाळू हरी। तुजविण दुसरी भक्ति नेणें।
दीन रंक पापी हीन माझी मती। सांभाळा श्रीपती अनाथनाथा ।।
आशा मोह माया लागलीसे पाठी। काळ क्रोधदृष्टी पाहतसे।
सावता म्हणे देवा नका ठेऊ येथे। उचलोनि अनंता नेई वेगीं ।।

– संत सेना न्हावी –

एक वारकरी संतकवी म्हणून नावारूपाला आलेले संत सेना हे महाराष्ट्राच्या उत्तर भागातील असावेत. मध्य प्रदेशातून संतसेना महाराष्ट्रात आले असावेत, असेही एक मत आहे. महाराष्ट्र संतमालिकेच्या दिंडीत मध्यप्रदेशातून भक्तीची पालखी घेऊन जाणारे 'संत सेना न्हावी' म्हणून यांची ओळख आहे. उत्तर भारतातील संत परंपरेत सेना न्हावी यांना स्वामी रामानंदांचा शिष्य मानले जाते. संत सेना हे बीदरच्या सुलतानाचे नाभिक होते. बांधवगडच्या नरेशाचे सेना न्हावी सेवक होते. सेना न्हावी यांच्यासाठी परमेश्वराने न्हाविकाचे (नाभिकाचे) रूप धारण केले असे रामानंदशिष्य धन्नाने म्हटले आहे. 'ग्रंथगुरुसाहेब' यात 'सेनानाई' च्या नावाचे पद आहे. त्यात त्याने रामानंदांचा उल्लेख रामभक्तीचा मर्मज्ञ आणि पूर्ण परमानंदांचा व्याख्याता असा केला आहे. कदाचित सेना प्रथम महाराष्ट्रात असावेत आणि नंतर उत्तरेत जाऊन त्यांनी रामानंदांकडून दीक्षा घेतली असावी. महाराष्ट्रात मात्र संत ज्ञानेश्वर व नामदेव यांना समकालीन म्हणून संत सेवा न्हावी यांचा उल्लेख केला जातो.

बांधवगड येथील राजपरिवाराचा सेवक देवदास आणि प्रेमकुंवर हे संत सेनाचे जन्मदाते. इ.स. १३७९ मध्ये संत सेनाजींचा जन्म झाला. राजपरिवाराची सेवा हा त्यांचा मुख्य व्यवसाय होता. परिवार सुखी व समाधानी होता. आपल्या एकुलत्या एक मुलावर आई वडिलांनी साधुसंतांच्या गोष्टी सांगून लहानपणापासून सदाचाराचे संस्कार केले होते. उपजतच भगवंताच्या नामाची गोडी असलेला संत सेना, संतांचे अभंग, पुराणकथा, रामायण, महाभारत इ. धार्मिक ग्रंथांचा अभ्यास लहानपणापासून करू लागला. हळूहळू वडिलांच्या व्यवसायात येऊन केशकर्तनाचे काम सेना मोठ्या कौशल्याने करू लागला. राजाच्या दरबारात सेना व्यवसाय करू लागला. व्यवसाय करताना सेना लिहू वाचू लागला. हळूहळू अभंगरचना करू लागला. महाराजांच्या आश्रयाला साधू संत येत. संतांच्या सहवासात सेना देववेडा झाला. उठता बसता तो विठूनामात दंग होऊ लागला. हरिभक्ती, हरिकीर्तन, गायन, वादन यांमुळे त्याला भगवंताचा छंद जडला.

नित्य देवपूजा करावी, ध्यान करावे आणि नंतर अन्नसेवन करण्याचा संतसेना यांचा नेम होता. एके दिवशी ते देवपूजेला बसले असता बादशहाचा निरोप घेऊन अचानक एक दूत आला. पूजेतून न उठायचा त्यांचा नेम होता. अवघ्या पंचक्रोशीत संत सेना यांचा नेम माहीत होता. आपल्या भक्तावर आलेले संकट पाहून पांडुरंगाने सेनाचे रूप घेतले आणि बादशहासमोर पांडुरंग हजर झाला. सेना म्हणतो -

जाणुनि संकट श्रीहरी । धोकटी घेतली खांद्यावरी ।
त्वरें आला राजदरबारीं । देखुनि हरी क्रोध निमाला ।।
राया सन्मुख बैसून । हातीं दिधलें दर्पण ।
मुख पाहे विलोकून । मूर्ति दिसे चतुर्भुज ।।

भगवंतांच्या या लीलेमुळे बादशहाचा राग गेला. त्याने प्रसन्न होऊन त्याच्या धोकटीत सोन्याचे होन घातले. त्याने पूजेनंतर धोकटी उघडली, त्यावेळी त्याला होन दिसले. घडलेला प्रकार त्याच्या लक्षात आला. अत्यंत कळवळून त्याने पांडुरंगाला साद घातली. तो म्हणाला -

शुद्ध नाती याती । नाही केली हरिभक्ती ।
शिणविला कमळापती । नाहीं विरक्ति बाणविली अंगीं ।।

आपल्यासारख्या सामान्य भक्तासाठी भगवंताला शिणावे लागले, याचे सेनाला अति दुःख झाले. संसाराचा त्याग करून त्याने पांडुरंगाचे निरंतर चरण धरिले.

करिता नित्य नेम । रायें बोलाविलें जाण ।
पांडुरंगें कृपा केली । राया उपरती झाली ।।
मुख पाहतां दर्पणीं । आत दिसे चक्रपाणी ।
कैसी झाली नवलपरी । वाटीमाजीं दिसे हरी ।।
रखुमादेवीवर । सेना म्हणे मी पामर ।।

आपला व्यवसाय करताना सेनाने कधी भगवंताच्या भक्तीकडे पाठ फिरविली नाही. गुरूची आवश्यकता भासल्यामुळे काशीच्या प्रख्यात रामानंदस्वामींकडून त्यांनी अनुग्रह घेतला. प्रामाणिक, उत्कट भक्तीमुळे सेना संतमार्गाचे महान अधिकारी बनले. व्यवसाय बंद करून सेनाने आळंदी व पंढरपूर गाठले. देवभक्तीचा सामाजिक आशय त्याने पंढरपुरात अनुभवला. पंढरी व पंढरीनाथ हे त्यांचे सर्वस्व बनले.

'जाता पंढरीसी सुख वाटे जीवा ।
आनंदें केशवा भेटतांचि ।।'

पंढरीच्या सुखाची उपमा त्रिभुवनात नाही अशी आत्मप्रचितीयुक्त ग्वाही सेना देतात. पंढरी म्हणजे सुखाची मांदूस.

'वाट धरिता पंढरीची । चिंता हारे संसाराची ।'.

त्यांच्या घराण्यात पंढरीची वारी होती असं ते अभिमानाने सांगतात. आपल्या अनंत नामाच्या पुण्याईमुळे विठ्ठलाचा लाभ आपल्याला झाला ही श्रद्धा होती.

'बहुजन्मीं केला लाग । सेना देखे पांडुरंग ।'

ज्यांना पांडुरंगाशिवाय दुसरे काही आवडत नाही, भावत नाही तो खरा संत. अमृतासमान असलेले पांडुरंगाचे नाम ज्याच्या नित्य मुखात असते अशा संतांच्या चरणावर माथा ठेवण्याची संत सेना यांची इच्छा होती.

तोचि संत एक जाणा । नारायण आवडती ।
पांडुरंगावाचुनि कांहीं । न जाणें पाही दुसरें ।।
मुखीं नाम अमृतवाणी । धाले मनीं डुलती ।
सेना म्हणे पायीं माथा । त्यांच्या आता ठेविली ।।

आपल्या देहाचा काही भरवसा नसल्यामुळे हरीशी तात्काळ नाते जोडा. त्याची भक्ती करून देहाचे सार्थक करा. पैसा अडका, धनसंपत्ती सारं काही इथंच राहील. पंढरीनाथाला शरण जा. असा संदेश सेना देतात.

मानिसी देहाचा भरवंसा । केव्हा जाईल नकळे कैसा ।
सार्थक करा हो कांहीं । जेणें हरी जोडें पायां ।।

धनसंपत्ती पाही । ही तो राहील ठायीं ।
शरण रिघा पंढरिराया । सेना न्हावी लागे पाया ।।

ज्याच्या मुखी नाम नाही, त्याची संगत ठेवू नका. ज्याला संतसंगत आवडत नाही तो अधम. ज्याला नाम घेताना लाज वाटते, तो रंभा भेटली की निर्लज्जपणे वागतो. ज्याला हरिकीर्तन पसंत नसते त्याला नरकवास ठेवलेला आहे.

मुखीं नाम नाहीं ।
त्याची संगती नको पाही ।
जया नावडे संतसंगती ।
अधम जाणावा निश्चिती ।।
नाम घेता लाज वाटें ।
रंभे निर्लज्ज भेटें ।
जाता हरिकीर्तना नावडे ज्याच्या मना ।
सेना म्हणे त्यास नर्कवास ।।

भक्तिमार्ग सोपा नाही. जननिंदेला तोंड द्यावे लागते. आप्तेष्टांकडून उपेक्षा सहन करावी लागते. या अनुभवातून तावून सुलाखून निघालेला सेना अढळपदी विराजमान झाला. **'मी महादोषी चांडाळ'** असा विवेकाचा आसूड सेनाने स्वत:वरही ओढून घेतला. गीतेच्या अभ्यासामुळे दीनानाथ परमेश्वर भक्तांचा सांभाळ करतो हे सेना जाणून होते. हंबरणाऱ्या वत्साला धेनू नेहमी पान्हा देते. आपण वत्स आहोत. या भावनेने सेना विठूला शरण जातात. अतिभक्तीमुळे देव आपलासा होतो. माता कळवळून बाळाला स्तनी लावते, त्याचे कोडकौतुक करते. विठ्ठल ही आमची माता आहे.

हें उचित तुमचें । कोड पुरवा बालकाचें ।
नको देऊं अंतर । सेना लोळे पायावर ।।

संतसंगतीने आपल्या चित्तवृत्ती पालटल्या. मोहमाया नाहीशी झाली. कामक्रोध या शत्रूंना मनाबाहेर हाकलून दिले आणि त्या मनात पांडुरंगाची प्रतिष्ठापना केली. मी-तू पणाचा वारा अंगाला लागू नये, हे केवळ पांडुरंगामुळे समजले, संतांनी आपल्याला कृतार्थ केले. ब्रह्मही नको वाटते, हा सेनांच्या मनातील श्रेष्ठ भाव आहे.

संतसंगतीने थोर लाभ झाला । मोह निरसला मायादिक ।
घातले बाहेरा काम क्रोध वैरी । बैसला अंतरंगीं पांडुरंग ।
दुजियाचा वारा लागूं नेदी अंगा । ऐसें पांडुरंगा कळों आले ।
संतांनीं सरता केला सेना न्हावी । ब्रह्मादिक पाही नातुडे जो ।।

पैसा कधीही कोणाच्या कामास येत नाही हे सत्य सेना समाजाला सांगतात. सत्य माहित असूनही सारे सारेजण आंधळ्यासारखे वागतात. बायको, मुले, बहीण, भाऊ यांच्याशी संबंध नाही. सख्या पांडुरंगाशिवाय तुझा खरा सोबती नाही, असा सेना संदेश देतात.

धन कोणा कामा आलें । पहा विचारुनि भलें ।
ऐसें सकळ जाणती । कळोनिया आंधळे होती ।।
स्त्रिया, पुत्र, बंधु पाही । त्यांचा तुझा संबंध नाहीं ।
सखा पांडुरंगावीण । सेना म्हणे दुजा कोण ।।

या त्रिभुवनात हृषीकेशी तुझ्याशिवाय कुणाला शरण जाऊ? हृषीकेशा, तुला मी वेदशास्त्रांत शोधण्याचा प्रयत्न केला. पण तू मला पंढरपुरात आढळलास. देवा, पंढरीराया, आता तूच माझा सांभाळ कर.

शरण जाऊं कोणासी । तुजविण ऋषिकेशी ।
पाहतां नाहीं त्रिभुवनीं । दुजा तुज ऐसा कोणी ।।
पाहिला शोधूनि । वेदशास्त्रपुराणीं ।
सेना म्हणे पंढरीराया । शरण सांभाळी सखया ।।

आपल्या अनुभवावरून संत सेना यांनी उपासना कशी करावी याचा राजमार्ग लोकांना सांगितला. स्वत:ला झालेला पारमार्थिक लाभ संत समाजाला सोप्या भाषेत सांगतात.

स्वहिताकारणें सांगतसे गुज। अंतरीचें गुज होतें कांहीं।
करा हरीभजन तराल भवसागर। उतरील पैलपार पांडुरंगा।।
कृपा नारायणें केली मजवरी। तुम्हांलागीं हरी विसंबेना।

पोटासाठी लोक वाट्टेल त्या खटपटी करतात. पण त्यांना हरिभजनाची मात्र लाज वाटते. देवाचे नाव आपण घेतले तर लोक आपल्याला हसतील अशी शंका मनात येते. अशा माणसांना सेना विचारतो

'नाम घेता विठोबाचें। काय तुझ्या बाचें वेचें।।''

संत ज्ञानदेवांना वंदन करून ज्ञानदेवांचे स्तवन करण्यात सेनाला धन्यता वाटली.

ज्ञानदेव माता ज्ञानदेव पिता।
तोडिल भवव्यथा धर्माने ज्ञानदेव।
ज्ञानदेव माझे, सोयरे धायरे।

जिवलग निधारे ज्ञानदेव।
सेना म्हणे माझा ज्ञानदेव निधान।
दाविल निजखूण ज्ञानदेव ।।

संत ज्ञानदेव–नामदेव यांच्या सहवासामुळे संत सेना स्थिर झाले. संत सेना यांचे अभंग नामदेवांच्या तोडीचे असल्याची साक्ष अनेकजण देतात. आत्मसाक्षात्काराच्या उंचीला पोचूनही एकविध, अनन्यभक्तीचे वरदान याने पांडुरंगाजवळ मागितले, ''आता ऐसे करीगा देवा। तुझी घडो पाय सेवा।।' आपल्या मनात कधीही कुवासना न येवो आणि चित्तात धरलेला प्रत्येक सात्त्विक भाव विठ्ठलानेच सिद्धीला न्यावा. परमेश्वराने आपल्याला सुखे जन्माला घालावे व मुखी नारायणाचे नाम असावे, सदैव संतांचे पूजन घडावे, सुखदुःखाची चाड मनाला असावी, हे संत सेना यांचे मागणे. पांडुरंगाजवळ लडिवाळपणे सेना एकच मागणे मागतो की–

'सुखे घाली जन्मासी। हेचि बरे की मानसी।
वारी करीन पंढरीची। जोडी ही माझी साची।।
हरिदासाची करीन सेवा। तेणें सुख थोर जीवा।
सेना म्हणे सर्व संग। केला त्याग यासाठी।।

संत सेना यांनी संत नामदेवाप्रमाणे भारतभर भक्तीचा झेंडा मिरविला. असे हे महान संत सेना न्हावी, श्रावण वद्य द्वादशीला आपल्या जन्मगावी वैकुंठवासी झाले. या दिवशी पांडुरंगाच्या नामगजरात संत सेना यांची पुण्यतिथी केवळ नाभिक समाजातील नव्हे तर महाराष्ट्रातील अवघे भक्तजन मनोभावे साजरी करतात.

कोण भाग्य त्या सेना न्हावियाचें।
नीच काम त्याचें स्वयें करी।।
घेऊन धोकटी हजामत करी।
आरसी दावी करी बादशहासि।।

संत सेना न्हावी यांच्या भाग्याचे वर्णन करताना संत जनाबाई म्हणते–––

सेना न्हावी भला।
तेणें देव भुलविला।।

– नरहरी सोनार –

अच्युतपंत व सावित्रीबाई नावाचे शिवभक्त दांपत्य पंढरपुरात राहत होते. त्यांच्या घरासमोर मल्लिकार्जुन महादेवाचे मंदिर होते. महादेवावर त्यांची नितांत श्रद्धा होती. एके दिवशी त्यांना स्वप्नात महादेवाने सांगितले की 'मी तुझ्या अनन्यभक्तीने प्रसन्न झालो आहे. तुझी पुत्रप्राप्तीची इच्छा पूर्ण होईल. तुला जो मुलगा होईल तो मानवजातीचे भूषण ठरेल. पुढे यांना जे पुत्ररत्न झालं ते नरहरी. नरहरी बालपणापासून हुशार होते. तत्कालीन रूढीनुसार त्यांचे थोडेफार शिक्षण झाले. आईवडिलांकडून पुराणातील गोष्टी ऐकून त्यांचं मन बालपणापासून संस्कारित झालं. आपल्या वडिलांबरोबर ते हळूहळू सोनारकाम करू लागले. श्रीपती पोतदार यांची सुकन्या गंगाबाई यांच्याशी नरहरीचा विवाह झाला. नित्यनियमाने गंगास्नान, शिवपूजा व व्यवसाय असा त्यांचा नित्यक्रम होता. शंकराशिवाय दुसऱ्या कोणत्याही देवतेला ते मानत नव्हते. ॐ नमः शिवाय। हा मंत्रजप त्यांच्या मुखात सतत असे.

प्रारंभी शैवपंथाचा भोक्ता असलेला, थोर शिवभक्त म्हणून मान्यता पावलेला नरहरी सोनार पांडुरंगाच्या कृपेने अद्वैतानुभूती मिळवता झाला. हरिहरएकात्मतेचा आत्मानुभव घेतलेला हा शिवभक्त वारकरी संप्रदायाचा महान संत म्हणून नावारूपाला आला. फारसे चरित्र उपलब्ध नसलेला, १३ व्या शतकात जन्मलेला नरहरी सोनार एका आख्यायिकेमुळे मनात घर करून राहिला.

ही आख्यायिका म्हणजे नरहरी सोनार यांच्या जीवनातील एक प्रसंग. गराठवाड्यातील नागेशशेठ यांना पुत्ररत्न नव्हते. त्यांनी पुत्रप्राप्तीसाठी पंढरपूरच्या विठ्ठलाला सोन्याचा करगोटा अर्पण करण्याचा नवस केला. पुत्रप्राप्तीनंतर नवस फेडण्यासाठी ते पंढरपुरी आले. नरहरीकडे त्यांनी सोन्याचा करगोटा बनविण्यास दिला. त्यावेळी शिवभक्त नरहरी सोनार म्हणाले, 'मी व्रतस्थ असल्यामुळे विठ्ठलाच्या मंदिरात जात नाही. तुम्ही मला विठ्ठलाच्या कमरेचे माप घेऊन द्या, मी करगोटा करून देतो. नागेशशेठना आश्चर्य वाटले पण त्यांनी विठ्ठलाच्या कमरेचे माप घेऊन नरहरींना दिले. त्यानुसार करगोटा तयार केला गेला. नागेशशेठ यांनी नवस फेडला. पण करगोटा लहान झाल्याचे लक्षात आले. ते नरहरीकडे आले. करगोटा मोठा करून घेतला. मंदिरात येऊन तो करगोटा विठ्ठलाच्या कमरेला लावून पाहिला, तो वाजवीपेक्षा मोठा झाल्याचे लक्षात आले. लहान-मोठा हा काय चमत्कार आहे? प्रत्यक्ष नरहरीने मंदिरात येऊन माप घ्यावे असे नागेशशेठनी ठरविले. नरहरी विठ्ठलाचे दर्शन घेत नसल्यामुळे डोळ्यांवर पट्टी बांधून ते मंदिरात आले. विठ्ठलाच्या मूर्तीला करगोटा

लावून पाहिला तेव्हा त्यांना हाताच्या स्पर्शावरून ही विठ्ठलाची नसून महादेवाची मूर्ती आहे असे जाणवले. आश्चर्यामुळे त्यांनी डोळ्यांवरील पट्टी सोडली, तो त्यांना विठ्ठलाचे दर्शन झाले. पट्टी लावून परत पाहिले तर महादेवाचे दर्शन झाले. त्यांच्या अंत:चक्षूंना साक्षात्कार झाला. पश्चात्तापाने डोळ्यांतून आसवे वाहू लागली. विठ्ठलाला साष्टांग नमस्कार केला. विठ्ठल व शिव हे द्वैत नसून अद्वैत आहेत, याची त्यांना मनोमन खात्री पटली.

विष्णु आणि शिव नाही तेथे भेद ।
सदा ते अभेद मनी ज्याचा ।।
तयाच्या चरणीं सोनार नरहरी ।
प्रणिपात करी दंडवत ।।

विष्णूचे रूप असलेला विठ्ठल आणि आपले आराध्य दैवत शिवशंकर यात काहीच फरक नाही, याचा आत्मप्रत्यय त्यांनी घेतला. विठ्ठलचरणी मिठी घातली. त्या क्षणापासून सोनारकीचा व्यवसाय सोडून देऊन भविष्यात अत्यंत निर्मळ भावाने भक्तिमार्गाला लागले. मनातील भाव उत्कट, श्रेष्ठ, प्रामाणिक असल्यामुळे ते थोर संत म्हणून नावारूपाला आले. परंपरा असं सांगते की, विठ्ठल नरहरी सोनाराच्या भावाला भुलला आणि आपल्या मस्तकी विठ्ठलाने शिवलिंग धारण केले. शिववैष्णव यांच्या एकात्मतेचे प्रतीक म्हणजे विठ्ठल. ''विठोने शिरी वाहिला देवराणा'' असे उद्‌गार समर्थांनी काढले आहेत. शिववैष्णव झगडा संपून विठ्ठल या समन्वयात्मक परमेश्वराची उपासना करण्याकडे लक्षावधी भाविकांचा कल वळविण्यात याचे फार मोठे योगदान असले पाहिजे. नरहरी सोनार यांचे अभंगही भाविकांनी शिरोधार्य मानले. नरहरींचे आज केवळ पस्तीस अभंग उपलब्ध आहेत. त्यांची अभंगरचना मोजकीच असली तरी त्याचा बाज अगदी निराळा आहे. त्यांनी ईश्वरचरणी जे अभंग रचले, त्या अभंगाना व्यावसायिक भाषेचा अलंकार चढविण्याचा यत्न केला.

देवा मी तुझा सोनार आहे. मी तुझ्या नामाचा नित्य व्यवहार करतो. फुललेल्या निखाऱ्यांची शेगडी, बागेसरी म्हणजे माझा देह आहे आणि त्यात जीवाशिवाचं सोनं घातलं आहे. ते तावून सुलाखून निघत आहे. सत्त्व, तम, रज या तीन गुणांची मी मूस तयार केली आहे. त्यात ब्रह्मरस ओतला आहे. जिवाशिवाच्या फुंकणीने माझं काम चाललं आहे. मी रात्रंदिवस ठोकाठोकी करीत असतो. नरहरीचा हा लोकप्रिय अभंग आहे.

देवा, तुझा मी सोनार । तुझे नामाचा व्यवहार ।
देह बागेसरी जाणे । अंतरात्मा नाम सोनें ।।

त्रिगुणाची करुनी मूस । आंत ओतिला ब्रह्मरस ।
जीवशिव करुनी फुंकी । रात्रंदिवस ठोकाठोकी ।।
विवेक हातोडा घेऊन । कामक्रोध केले चूर्ण ।
मन बुद्धीची कातरी । राम नाम सोनें चोरी ।।

नरहरी सोनार नाथपंथीय होते. नाथपंथ हा शैवपंथ. स्वत: ज्ञानेश्वरांनीही अमृतानुभवात 'देवो देवी' असा शंकरपार्वतींचा उल्लेख पहिल्याच ओवीत केला आहे. संत ज्ञानदेवांच्या आदेशानुसार नरहरी यांनी गैबीनाथांना गुरू केले. 'गुरु गैबीनाथ। नरहरी दास हा अंकित!' ज्ञानदेवांनी उपदेश केल्यानंतर नरहरी विठ्ठलमंदिरात कीर्तन करू लागले. संत नामदेव, गोरोबा, सावतामाळी यांच्याबरोबर त्यांनी तीर्थयात्रा केली. कीर्तनाद्वारे भक्तिपंथाचा, भागवतधर्माचा प्रसार त्यांनी केला. शैव पंथाची दीक्षा घेतलेले नरहरी उत्तर आयुष्यात विठ्ठलभक्ती करू लागले.

नरहरी सोनार यांनी आपल्या अंतरंगातील शिवभक्ती तळमळीने गायिली आहे. ज्याच्यापुढे नंदीश्वर उभा असतो, त्या भोळ्या शंकराचे वर्णन करायला आपण समर्थ नाही, अशी नम्रता नरहरींजवळ आहे. गळ्यात रुंडमाळा धारण करणारा शिवशंकर म्हणजे विश्वाचे भूषण. अंगाला विभूती लावलेला हा महादेव त्याच्या हातात कर्पूरगौर आहे, तो माथी जटाभार ठेवतो, त्यातून अखंड गंगाजळ वाहते, उजव्या हातात त्रिशूळ धारण करणारा हा देव कधी कैलासावर तर कधी स्मशानात राहतो. त्याच्या नामस्मरणाने पापाची होळी होते. पापी लोक क्षणार्धात उद्धरून जातात. आपल्या श्रद्धायुक्त भक्तीचा प्रियकर शंकर आहे, असे नरहरी म्हणतात.

'नरहरी सोनार भक्ती प्रियकर। पार्वती शंकर हृदयी ध्यातो ।

नरहरी शैवपंथीय असल्यामुळे शिवोपासना करण्याचा संदेश ते देतात –

'सत्य ज्योतिर्लिंग बारा । प्रात:काळी स्मरण करा ।।
कोटी कुळें उद्धारा । भव तरा बापहो ।।'

वाराणसीचा विश्वनाथ भक्ताला मोक्ष देतो, सोरटीचा सोमनाथ अंतरीचे आर्त पुरवितो. ॐ कारेश्वर, अमलेश्वर, रामेश्वर, भीमा उगमी असलेला भीमाशंकर आणि घृष्णेश्वर यांचे विशेष महत्त्व आहे. नागनाथ हा विश्वाला सुख देतो. परळी वैजनाथ सुकृतासाठी प्रेरणा देतो. त्र्यंबकेश्वर अंतरीची इच्छा पूर्ण करतो. उज्जैनचा महांकालेश्वर तेजोमय आहे. श्रीशैल्यमल्लिकार्जुन म्हणजे पापक्षालनाचे व पुण्य वाढविण्याचे क्षेत्र. त्या स्थळी शिवशंकराचे नाम घेतल्याने मानवाचा जन्म धन्य होतो. उत्तरेला बद्रिकेदार आहे, ज्याच्या स्मरणामुळे वासनायुक्त वृत्ती जिरून जातात. प्रत्येक मानवाने जन्माला येऊन बारा ज्योतिर्लिंगाचे दर्शन आत्मोद्धारासाठी घ्यावे. परंतु हे दर्शन घेताना भाव शुद्ध हवा.

नरहरी म्हणे जन्मा यावे । शुद्ध सत्त्व प्रेमभावे ।।

शिवशंकराची थोरवी गाणारे अभंग वारकरी मंडळींच्यात प्रसिद्ध आहेत.

भस्म उरी रुद्रमाळा । हातीं त्रिशूळ नेत्रीं ज्वाळा ।
गज चर्म व्याघ्रांबर । कंठीं शोभे वासुकी हार ।।
भूतें वेताळ नाचती । हर्षयुक्त रमापती ।।
सर्व सुखाचें आगर । म्हणे नरहरी सोनार ।

कालांतराने विठ्ठलभक्तीचा महिमा समजल्यावर नरहरींनी आर्त भक्तीने विठ्ठलालाही पाझर फोडला.

पंढरीनगरी दैवत श्रीहरी । जाती वारकरी नित्यनेमें ।
आषाढी कार्तिकी महापर्वे थोर । भजनाचा गजर करीती तेथें ।।
साधुसंत थोर पताकांचा भार । मुखी तो उच्चार नामामृत ।
आनंदाचा काला गोपाळकाला । हृदयी बिंबली नरहरी ।।

पांडुरंग हा भक्तांचा कैवारी आहे. कलियुगात गुरुकृपेसारखे दुसरे काहीही थोर नाही. '**नरहरी सेवक सद्‌गुरुचा । दास हा साधू संतांचा ।।**' गुरुकृपा म्हणजेच संतमहिमा. आपल्या अभंगात नरहरीने हा महिमा मोठ्या प्रेमाने आळविला आहे.

कांहीं उपाय चालेना । कांहीं स्वहित घडेना ।
काही केलें नाहीं पुण्य । काय जन्मासी येऊन ।।
केली नाहीं कांहीं भक्ति । देहीं नाही हो विरक्ति ।।
गुरुकृपा होय जरी । नरहरी क्षणांत उद्धरी ।।

दीनांचा दयाळू, भक्तांचा कनवाळू असलेला पांडुरंग हरिनामाचे उच्चार करणाऱ्यांवर कृपा करतो.

कृपाळू समर्था सद्‌गुरु अनंता । गुरु कृपावंता दया करी ।
अनाथ अपराधी तारी हा भवाब्धि । मृगजळ नदी तारी देखा ।।
दीनांचा दयाळु भक्तांचा कनवाळु । करिता सांभाळु हरिभक्तांचा ।
हरिनाम उच्चारी देव कृपा करी । भक्तांचा कैवारी पांडुरंग ।।

पंढरीरायाचे नाम हे अमृत आहे. ते नाम हृदयात निरंतर जपून ठेवले पाहिजे. नाम हे संताचे माहेर आहे, प्रेमसुखाचे आगर आहे. म्हणून नरहरी ते निरंतर जपतो. नामस्मरणभक्तीने जनसामान्यांनी भक्तियोगाचा मार्ग आचरावा असे नरहरी सोनार सांगतात.

नाम फुकाचें फुकाचें । देवा पंढरीरायाचें ।
नाम अमृत हें सार । हृदयीं जपा निरंतर ।।
नाम संतांचें माहेर । प्रेम सुखाचें आगर ।
नाम सर्वांमध्ये सार । नरहरी जपे निरंतर ।।

माझ्या जिभेला नामस्मरणाचा चाळा असल्यामुळे मला कळिकाळाचेही भय वाटत नाही. मी प्रेमाचा भुकेला असल्यामुळे मला नामस्मरणाचा छंद लागला, असं नरहरी म्हणतात.

नामाची आवडी जिव्हेसी तो चाळा । नेणे कळिकाळ भय त्रास ।
गोमटें गोजिरें नाम हें विठ्ठल । बोल वाचा बोल प्रेमभरें ।।
न सरे कल्पना न निवारेचि भ्रांती । नाम होय प्राप्ती नित्यानंद ।
सोनार नरहरी प्रेमाचा भुकेला । म्हणोनिया छंद त्याला नामस्मरणीं ।।

नरहरी सोनार आपल्या अनुभवातून समाजमनाला जाग येण्यासाठी उपदेश करतो. प्रपंच क्षणभंगुर आहे. प्रपंचाच्या मोहाने आपण त्यात गुंततो, पण वेळ आल्यावर प्रपंचाचा खेळ त्याला मोडावा लागतो. मग वाट्याला येते ते दुःख. देह व प्रपंच नाशिवंत आहेत, हे मान्य केलं की सन्मार्ग दिसतो.

देह जन्मला व्यर्थ । झाले पापाचे पर्वत ।
दानधर्म नाही केला । शेवटी जन्म व्यर्थ गेला ।।
देह अवघा क्षणभंगुर । दिसे स्वप्नवत सार ।
नरहरी म्हणे शेवटीं । संगे न येई लंगोटी ।।

'कर्मे ईशु भजावा' हे ज्ञानदेवांचे वचन प्रत्यक्ष आचरणात आणून कर्मपूजा हीच नामभक्ती असा संस्कार त्यांनी समाजमनावर केला. आपल्या वाट्याला आलेलं कर्म हलकं न मानता, ते मनोभावे करून तीच देवपूजा ही श्रद्धा असणाऱ्या नरहरी सोनार यांनी समाजापुढे एक महान आदर्श ठेवला.

वारकरी संप्रदायाची थोरवी आपल्या आचार-विचारांनी समाजापुढे ठेवणारे नरहरी सोनार हे महान संत होते. शके १२०७ माघ वद्य ३ रोजी नेहमीप्रमाणे नरहरी सोनारांनी चंद्रभागेत स्नान केलं. घरी येऊन श्रीमल्लीकार्जुनाचे दर्शन घेतलं. सकल संतांची भेट घेतली. संतासह पांडुरंगाच्या मंदिरात आले. सर्व संतांना हात जोडून विनंती केली "मायबाप हो, चुकलो असेल तर क्षमा करा. आपल्या सर्वांच्या आशीर्वादाने माझी यात्रा सफल झाली," असं म्हणून नरहरी सोनार पांडुरंगापुढे उभे राहिले.

पांडुरंगाकडे डोळे भरून पाहिलं, पांडुरंगाच्या चरणी मस्तक ठेवलं आणि नरहरी सोनार महाराजांची प्राणज्योत श्री विठ्ठलाच्या कटीत विलीन झाली. सर्वांनी रामकृष्ण हरिनामाचा जयजयकार करून नरहरींना अखेर निरोप दिला.

– संत गोरा कुंभार –

सर्व संतांच्या मांदियाळीत वयाने वडील समजले जाणारे संत म्हणजे गोरा कुंभार. महाराष्ट्रात संतश्रेष्ठ ज्ञानेश्वरांना समकालीन असलेले गोरा कुंभार यांचा जन्म इ. स. १२६७ मध्ये तेरढोकी या ग्रामी झाला. पंढरपूरपासून ६०–७० मैल (शंभर–सव्वाशे कि.मी.) अंतरावर तेरढोक हे गाव आहे. संतपरंपरेत गोरा कुंभार यांचा उल्लेख गोराबाकाका असा प्रेमादराने केला जातो. गोरा कुंभार यांनी संत ज्ञानेश्वरांच्या सहवास, उत्तुंग आध्यात्मिक अनुभव प्राप्त केला. परब्रह्माची प्रत्यक्ष अनुभूती घेतली. संतमांदियाळीत जातीचा स्पर्श कुणाला न झाल्यामुळे ज्ञानदेवांच्या गावगाड्यातील सर्व संतांनी 'कर्मे इशु भजावा' ही उक्ती सार्थ केली. गोरोबा कुंभार होता. ज्ञानदेवांच्या सहवासात त्यांनी भक्तीचा आनंद लुटला, भक्तिरसात पावन झालेले गोरोबा धन्य झाले.

'कुलालाचे वंशीं जन्मलें शरीर। तो गोरा कुंभार हरीभक्त।।

असा उल्लेख गोरोबांनी आपल्या आत्मवृत्तात केला आहे. व्यवसाय करत असताना गोरोबांना साक्षात पांडुरंगाचे दर्शन झाले. पांडुरंगाच्या नामस्मरणात गोरोबा अखंड तल्लीन असायचे. माती आणणे, माती पसरणे, माती पायाने तुडवून एकजीव करणे, पाणी घालणे, प्रत्यक्ष घट बनविणे, हे सारं करताना गोरोबा पांडुरंगमय होऊन जायचे.

पांडुरंगमय होऊन जाणाऱ्या गोरोबांच्या जीवनात एकदा एक विलक्षण घटना घडली. त्यांची पत्नी पाणी आणण्यासाठी नदीवर गेली होती. जाताना आपल्या लहान मुलाला तिने अंगणात सोडले. जाताना गोरोबांना मुलाकडे लक्ष द्या, अशी विनंती केली. पांडुरंगाच्या नामस्मरणात देहभान हरवून गेलेल्या गोरोबांना बाह्य जगताची शुद्ध नव्हती. माती तुडवताना रोमरोम विठ्ठलनामात दंग झाला होता. अंगणात खेळणारं स्वतःचं मूल रांगत रांगत त्या मातीत गोरोबांच्या पायाखाली कधी आलं ते गोरोबांना समजलंच नाही. अर्थातच माती तुडविता तुडविता, मूल मातीशी एकरूप होऊन गेलं. नदीवरून परत आलेल्या त्या माउलीने हे दृष्य पाहिले आणि तिला भोवळ आली. तिने पतीला दूषणे दिली. तरी गोरोबांची नामाची तंद्री भंग पावली नाही. त्यांची शांती ढळली नाही. पांडुरंगाच्या भक्तीपायी आपल्या पतीची ही अवस्था झाली असं वाटल्यामुळे तिने

पांडुरंगाला शिव्या द्यायला सुरुवात केली. पत्नीने पांडुरंगाला अपशब्द वापरणे सहन न झाल्यामुळे गोरोबा संतापाने तिच्या अंगावर धावून गेले. घाबरलेल्या पत्नीने पतीला पांडुरंगाचीच शपथ घातली आणि आपल्या देहाला स्पर्श न करण्यास सांगितले. पांडुरंगाची आण गोरोबांनी पाळली. त्यांनी स्पर्शही वर्ज्य केला. त्यामुळे ती निराश-हताश होऊन गेली. आपला वंश पुढे कसा चालणार ही काळजी तिला पडली. ती माहेरी गेली. वडिलांना घडला प्रसंग सांगून आपल्या धाकट्या बहिणीचा विवाह गोरोबांशी लावण्याची विनंती केली. गोरोबांनी सासऱ्यांच्या विनंतीला मान देऊन विवाह केला. सासऱ्यांनी गोरोबांना 'दोघींविषयी मनी समता असू द्या । आण विठोबाची।' असे सांगितले.

आपला व्यवसाय व नामस्मरण यांत अहर्निश रमलेल्या गोरोबांनी पहिल्या पत्नीप्रमाणे दुसरीचा स्पर्श वर्ज्य मानला. त्याशिवाय दोघींमध्ये समभाव कसा राहणार? एक दिवस दोघी बहिणींनी थकलेल्या गोरोबांचे दोन्ही हात चेपायला सुरुवात केली. थकलेल्या गोरोबांना जाग आली. पांडुरंगाची आण पाळता न आल्यामुळे त्यांना आत्यंतिक दुःख झाले. त्यांनी विळीवर आपले दोन्ही हात तोडून टाकले. दोघींना खूप दुःख झाले. हात नसलेल्या गोरोबांना आपल्या व्यवसायाला मुकावे लागले. आपल्या लाडक्या भक्ताची विकलांग अवस्था पांडुरंगाला पाहवेना. पांडुरंग सद्गदित झाला. विठ्ठल - रखुमाई कुलालाचा वेष धारण करून आणि गरुडाला गर्दभ करून तेरढोकीला आले. गोरोबांच्या घरी कुंभाराच्या रूपाने त्यांनी आपली सेवा रूजू केली. गोरोबाकाका सर्वार्थाने धन्य झाले. पण प्रत्यक्ष पांडुरंग आपल्या घरी सेवा करत आहे हे त्यांना समजले नाही.

लवकरच आषाढी एकादशी आली. विठूनामाच्या गजराने पंढरी दुमदुमली. पण भक्तांचा विठू पंढरीत कुठे होता ? संत ज्ञानदेव , नामदेवांना विठ्ठल तेरढोकीला गोरोबांच्या घरी आहे हे माहीत होते. नित्यनेमाने गोरोबा वारीला पंढरीत आले. त्यांच्या पाठोपाठ त्यांचा विठ्ठलही पंढरीत आला. भक्तराज नामदेवांनी वाळवंटी कीर्तन केलं. राऊळातील नामदेवांच्या कीर्तनाने विठू धन्य झाला. विठूला गहिवर आला. विठूनामाचा गजर करण्यासाठी नामदेवांनी सर्व भाविकांना दोन्ही हात वर करून टाळ्या वाजविण्याची विनंती केली. आपल्याला हात नाहीत, आपण टाळ्या वाजवू शकत नाही, याचे गोरोबांना अपार दुःख झाले. त्यांचे नेत्र गळू लागले.

'आनंदे वाजवावी टाळी । विठ्ठल म्हणा वेळोवेळीं ।'

हा अभंग आनंदाने गात सारे भाविक टाळ्या वाजवीत होते.

गोरोबांची अवस्था संतांना पाहवेना. निवृत्तीनाथ, ज्ञानदेवांनी नामदेवांकडे पाहिले.

भक्तराज नामदेवांनी गोरोबांना दोन्ही थोटे हात वर करायला सांगितले. नामदेवांनी गोरोबांना अतिप्रेमाने मिठी मारली. नामदेव व पांडुरंग यांच्यातील सख्यभक्ती अद्वितीय होती. आपल्या सख्याच्या अंतरंगीचं गूढ पांडुरंगाला समजलं आणि चमत्कार घडला. **'गोरा थोटा वरती करी । हस्त फुटले वरचे वरी ।'** पांडुरंगाच्या कृपेने गोरोबांना आपले दोन्ही हात परत मिळाले.

'गोरियाचे हात आलेच तत्क्षणीं । नामा कीर्ती वर्णी विठोबाची ।।'

गोरोबांचा मुलगाही जिवंत झाला. त्यांच्या पत्नीने घातलेली शपथही सुटली. संसार सुखाचा झाला. नामदेवांमुळे आपलं आयुष्य पुन्हा सुरू झालं, हा मनातील कृतज्ञ भाव गोरोबांच्या प्रत्येक अभंगातून व्यक्त झाला आहे. आपण पांडुरंगाचा सखा हा अहंकार नामदेवांच्या मनात होता. संतांच्या मांदियाळी गोरोबाकाकांनी नामदेवांचे मडके कच्चे ठरविले, थापटण्याने मस्तक थोपटून पाहिले. बाकी सर्व संतांची मडकी पक्की असल्याचे गोरोबाकाकांनी सांगितले. आपल्याला गोरोबा भाजून काढणार या भितीने नामदेवांनी पांडुरंगाकडे धाव घेतली. पांडुरंगाकडे गाऱ्हाणे मांडले. पांडुरंग आपली बाजू घेऊन इतरांना रागावेल अशी नामदेवांची धारणा होती. पण घडले ते उलटेच घडले. पांडुरंगाने नामदेवांची कानउघाडणी केली. गुरूशिवाय एकात्मज्ञानाची प्राप्ती नाही. नामदेवांना गुरूकडे पाठविले. विसोबा खेचरांना गुरू करून नामदेवांनी निर्गुण परब्रह्माची आत्मानुभूती घेतली. गोरोबांच्या अभंगातून समजते की नामदेवांना गोरोबांकडून अतींद्रिय अनुभूतीचा लाभ झाला.

कायावाचा मन एकविध करी । एक देह धरी नित्यसुख ।
अनेकत्व सांडी अनेकत्व सांडी । आहे तें ब्रह्मांडीं रूप तुझें ।।
निर्वासना बुद्धि असतां एकपणे । सहज भोगणें ऐक्य राज्य ।
म्हणे गोरा कुंभार नाही रूपरेख। तेंचि तुझें सुख नामदेवा ।।

अनेकत्व नाहीसं झाल्याशिवाय ब्रह्मांडी देवांचें रूप दिसणार नाही. त्यासाठी वासनांचा क्षय व्हायला हवा. देवाला कसलीच रूपरेखा नाही. गोरोबा आणि नामदेवांना हेच सुखाचे वाटते.

गोरोबांना असंख्य दुःखांना तोंड द्यावं लागलं तरी दुःखांचा स्पर्श त्यांनी होऊ दिला नाही. **'सुखदुःख समान सकळ प्रेमाचा कल्लोळ ।'** ही त्यांची भावस्थिती. मानवी देह प्राप्त झाल्यामुळे संकल्पाचे व प्रारब्धाचे भोग वाट्याला येणार, त्याच्याकडे विवेक बुद्धीने बघण्याचा आदर्श गोरोबांनी ठेवला. प्रपंचातील दुःखांकडे बघण्याची एक डोळस दृष्टी, अमृतवल्ली त्यांनी आपल्याला दिली. पंढरीच्या पांडुरंगाचे भजन नित्य

केल्यामुळे सुखाची प्राप्ती होते. हरीचे नामस्मरण भक्तांसाठी तारक आहे. हरिपाठ म्हणजे भक्तांची संजीवनी. ज्ञानदेव व एकनाथ यांचा हरिपाठ वारकऱ्यांच्या मुखी आहे.

श्रवणे नयन जिव्हा शुद्ध करी ।
हरिनामें सोहंकरी सर्व काम ।
मग तुझा तूचि दिवटा होसीगा सुभटा।
मग जासील वैकुंठा हरिपाठे।।

भक्त पुंडलिकांबद्दलचा कृतज्ञताभाव सर्व संतांच्या मनात असल्यामुळे त्यांनी आपल्या अभंगांतून हा भाव बोलका केला आहे. पुंडलिकाच्या भक्ती व सेवाभावामुळे देव पंढरीत स्थिरावला ही सगळ्या संतांची दृढ श्रद्धा आहे. पुंडलिकासारखं कर्तृत्व आपल्या अंगी हवं ही सगळ्यांची इच्छा. गोरोबांच्या मनातील इच्छा अति सात्त्विक होती. आपल्या हातून काहीच घडले नाही, हा कमीपणा एका अभंगात व्यक्त झाला आहे.

पुंडलिका झाला अनुताप । धन्य सत्य गुरु मायबाप ।।
ऐसा भाव धरी म्हणे गोरा । तीर्था जा फजितखोरा ।।

भक्त पुंडलिकासमोर नम्रपणे व्यक्त होणारे गोरोबा महान होते. त्यांचा अधिकार फार मोठा होता. ज्ञानदेवांच्या सहवासात त्यांनी स्थूलाकडून सूक्ष्माकडे झेप घेतली. नामदेवांच्या सहवासात 'विठ्ठल मंत्र सोपा' हे त्यांना समजले. प्रत्येकाचा प्रवास स्थूलाकडून सूक्ष्माकडे म्हणजे पिंडाकडून ब्रह्मांडाकडे, जीवात्म्याकडून परमात्म्याकडे, इहलोकाकडून परलोकाकडे होतो. त्याची ग्वाही गोरोबांनी दिली आहे.

स्थूल होतें ते सूक्ष्म पैं झालें । मन हें बुडालें महासुखीं ।।

यासाठी गोरोबांनी 'निर्गुणाचा संग धरिला.' त्यामुळे षड्रिपुंवर मात करता आली. अविवेक निपटून काढला. अंतरी विवेकाचा दीप उजळला. दृष्टी निरंजन झाली. विश्वात्मक अनुभूतीमुळे मन निरपेक्ष आनंदाने भरून पावले. एकत्त्वाचे दृश्य साक्षीभावाने बघितल्यामुळे बाह्य विश्व लटिके होऊन गेले. निर्गुण परब्रह्माचे वर्णन करायला शब्द अपुरे आहेत हे समजले. सरिता सागराला मिळाली की तिला स्वत:चे अस्तित्व राहत नाही. परब्रह्माची अनुभूती झाल्यावर भक्त देही असून विदेही होऊन जातो. सगुण-निर्गुणसमन्वय ही संतांची फार महत्त्वाची खूण आहे. ही अनुभूती घेतल्यावर भक्त त्रिगुणाच्या अतीत होतो. मुक्या माणसाला साखर खायला दिली तर शब्दाने त्याला तो अनुभव सांगता येत नाही. त्याप्रमाणे प्रत्यक्ष अनुभूतीची अवस्था असते. गोरोबा सांगतात, की आपला आनंद आपण गिळून टाकावा. आपण असून नसल्यासारखे वागावे. हे जग शहाणे करावे, म्हणजे जीवनमुक्त होणे होय.

मुकिया साखर चाखाया दिधली । बोलता हे बोली बोलवेना ।
तो काय शब्द सुटला अनुवाद । आपुला आनंद आधाराया ।।
आनंदीं आनंद गिळुनि रहाणें । अखंडित होणें न हो तिया ।
म्हणे गोरा कुंभार जीवमुक्त होणें । जग हें करणें शहाणे बापा ।।

गोरोबांना आत्मिक अनुभवानंतर विश्वकल्याणाचा विचार मनी दाटून आला. हा विचार एका अभंगात बोलका झाला आहे.

देवा तुझा मी कुंभार । नासी पापाचे डोंगर ।।
ऐशा संतप्ते हो जाती । घडे साधूची संगती ।।
पूर्ण कृपा भगवंताची । गोरा कुंभार मागे हेंचि ।।

भक्तराज नामदेव व संत गोरा कुंभार दोघांच्या जीवनध्येयात फरक नाही.
'नाचूं कीर्तनाचें रंगी । ज्ञानदीप लावूं जगी ।'
ही नामदेवांची प्रतिज्ञा. तर गोरोबा म्हणतात,

'म्हणे गोरा कुंभार । जीवनमुक्त होणें ।
जग हें करणें । शहाणें बापा ।।'

नामदेवांना संत गोरोबांबद्दल अती जिव्हाळा, अभिमान व आदर. संत नामदेव म्हणतात -

'प्रेम अंगीं सदा नाचे भगवंत ।
प्रेमळ तो भक्त कुंभार गोरा ।।
नामा म्हणे नाहीं गोरा देहावर ।
सर्वही निर्धार पांडुरंगीं ।।

नामदेव म्हणतात **'आहे पंढरीनाथ याचे उदरीं।'**

खरंच आपल्या निर्मळ भक्तीने पांडुरंगाला जिंकणाऱ्या गोरोबांची जीवनगाथा धन्य, पवित्र आहे. ती पावनगंगा आहे. अती कृतार्थाने गोरोबांनी इ. स. १३१७ मध्ये देह ठेवला. 'मरावे परी कीर्तीरूपी उरावे ।' – याचा प्रत्यय गोरोबांची जीवनगाथा ऐकल्यावर येतो.

– निवृत्तिनाथ –

अवघा महाराष्ट्र संतश्रेष्ठ ज्ञानेश्वरांना 'माउली' म्हणतो. अशा या माउलीचा आध्यात्मिक गुरू होण्याचं भाग्य ज्यांना मिळालं ते निवृत्तीनाथमहाराज म्हणजे नाथपंथातील एक श्रेष्ठ योगी व वारकरी संप्रदायातील एक थोर संत. शके ११९५ मध्ये श्रीमुख संवत्सरी, माघ वद्य प्रतिपदेला प्रात:काली निवृत्तिनाथांचा जन्म झाला. निवृत्तीनाथ म्हणजे साक्षात शिवशंकराचा अंशावतार अशी वारकरी संप्रदायाची श्रद्धा. विठ्ठल व रुक्मिणी हे त्यांचे जन्मदाते. गृहस्थाश्रमी विठ्ठलपंतांनी संन्यासाश्रम घेऊन गुरुआज्ञेने परत गृहस्थाश्रम स्वीकारला. त्यामुळे समाजाने त्यांना वाळीत टाकले, बहिष्कृत केले. या बहिष्कृत अवस्थेत विठ्ठलपंतांना निवृत्ती, ज्ञानदेव, सोपान ही तीन पुत्ररत्ने व मुक्ताई हे कन्यारत्न झाले. निवृत्ती या भावंडांच्यात ज्येष्ठ होते.

आपले तप:सामर्थ्य वाढविण्यासाठी व लोकनिंदेतून सुटण्यासाठी विठ्ठलपंतांनी ब्रह्मगिरी पर्वताला प्रतिदिनी प्रदक्षिणा घालण्याचे व्रत अंगीकारले होते. हे व्रत अवघ्या कुटुंबासाठी होते. एक दिवस सर्वजण प्रदक्षिणेसाठी बाहेर पडले असता एक अक्राळ विक्राळ वाघ त्यांच्यावर चालून आला. सर्वजण जीवाच्या आकांताने वाट फुटेल तिकडे पळत सुटले. निवृत्तिनाथ धावता धावता एका गुहेत शिरले. या गुहेत नाथ संप्रदायाचे महान योगी गहिनीनाथ तपश्चर्येसाठी बसले होते. गहिनीनाथ जणू निवृत्तींची वाट पहात होते. गहिनीनाथांनी निवृत्तींना आपले शिष्य केले. योगमार्गाची दीक्षा देऊन सिद्ध केले. निवृत्तीनाथ नाथसांप्रदायिक झाले.

आदिनाथ उमा बीज प्रकटिलें ।
मच्छिंद्रा लाधलें सहजस्थिती ।।
तेंचि प्रेममुद्रा गोरक्षा दिधली ।
पूर्ण कृपा केली गयनिनाथा ।।
वैराग्यें तापला सप्रेमें निवाला ।
ठेवा जो लाधला शांतिसुख ।।
निर्द्वंद्व नि:संग विचरता मही ।
सुखानंद हृदयीं स्थिर जाला ।।
विरक्तीचें पात्र अन्वयाचें मुख ।
देउनि सम्यक अनन्यता ।।
निवृत्ती गयनी कृपा केली असे पूर्ण ।
कुळ तें पावन कृष्णनामें ।।

शंकर हे नाथसंप्रदायाचे मूळ पुरुष. योगाचे हे ज्ञान पार्वतीच्या निमित्ताने त्याच्याकडून मत्स्येंद्रनाथाला प्राप्त झाले. मत्स्येंद्रनाथांकडून गोरक्षनाथांना व गोरक्षनाथांकडून ते गहिनीनाथांकडे आले. गहिनीनाथ, या आपल्या गुरूकडून मिळालेलं सारं यौगिक सामर्थ्य निवृत्तिनाथांनी ज्ञानदेवांकडे संक्रमित केले.

आदिनाथ गुरु सकळ सिद्धांचा ।
मच्छिंद्र तयाचा मुख्य शिष्य ।।
मच्छिंद्राने बोध गोरक्षासी केला ।
गोरक्ष वोळला गहिनीप्रती ।।
गहिनीप्रसादें निवृत्ति दातार ।
ज्ञानदेवा सार चोजविलें ।।

निवृत्तिनाथांच्या म्हणजे आपल्या गुरूंच्या आज्ञेने ज्ञानदेवांनी 'भावार्थदीपिका (ज्ञानेश्वरी)' आणि 'अमृतानुभव' हे दोन अलौकिक ग्रंथ लिहिले. निवृत्तीनाथांच्या नावावर ३३५ अभंग आहेत. नामदेवांनी समाधीच्या अभंगात

'निवृत्तिदेवें ग्रंथ केला होता सार । ठेविला समोर विठ्ठलाच्या ।।'

असा उल्लेख केला आहे. त्यानुसार 'निवृत्तिसार' नावाचा ग्रंथ निवृत्तिनाथांचा असावा असं सारस्वतकार भावे म्हणतात.

'तीरे संस्कृताचीं गहनें ।
तोडोनि मऱ्हाठिया शब्दसोपानें ।
रचिली धर्मनिधानें ।
निवृत्तिदेवें ।।'

असं स्वत: ज्ञानदेवांनी म्हटलं आहे.

पंढरीविषयी निवृत्तींच्या मनात अपार ओढ होती. पंढरीला निवृत्ती कौतुकाने 'पुंडलिकाची पेठ' असं म्हणतात. देवांचा देव पंढरीत उभा असल्यामुळे सामान्यांपासून श्रेष्ठ संतांपर्यंत अवघे भक्त पंढरपुरात येतात. प्रत्यक्ष देव पांडुरंगाच्या चरणी मिठी घालण्यासाठी पंढरपुरात येतात, अशी निवृत्तिनाथांची श्रद्धा आहे. पंढरी या तीर्थक्षेत्री नित्य दिवाळी असते. इथली वारी करणारा, जन्म घेणारा वैष्णव सर्वार्थाने धन्य होय. कारण दिवाळीचा आनंद वर्षातून एकदा मिळतो. पंढरीत नित्य दिवाळीच असते. जिथे श्रीहरी उभा आहे, तेथे सुखाला काही कमी नाही. या भूतलावर अध्यात्माची पीठे अनेक आहेत, पण 'आदिपीठ' एकच आहे, ते म्हणजे पंढरपूर.

विठ्ठल हा निवृत्तींचा सखा आहे. **'निवृत्तीचा सखा विठ्ठलरूप देखा ।'** हा

निवृत्तीचा आचार. विठ्ठल करुणाकर असल्यामुळे विठ्ठलाविषयी ते अती जिव्हाळ्याने बोलतात. विठ्ठल हा साक्षात जनतारक आहे. विठ्ठल निवृत्तींना बाळकृष्णाचे रूपडे वाटते. या परब्रह्माची आळवणी करतानाचे निवृत्तीचे अभंग लडिवाळ आहेत. ईश्वर व भक्त यांचे नाते निवृत्तींनी स्पष्ट केले आहे.

आम्ही चकोर हरी चंद्रमा । आम्ही कळा तो पूर्णिमा ।।
कैसा बाहिजु भीतरी हरी । बिंबें बिंबला एकसूत्रीं ।।
आम्ही देही तो आत्मा । आम्ही विदेही तो परमात्मा ।।
ऐक्यपणें सकळ वसे । द्वैतबुद्धि कांहीं न दिसे ।।
निवृत्ती चातक इच्छिताहे । हरिलागीं वरतें पाहे ।।

बाळकृष्णाने गोकुळात केलेल्या अगम्य लीला म्हणजे आपल्या संतांचा जीव. बाळकृष्णाच्या लडिवाळ रूपाचे वर्णन करण्यात सगळे संत देहभान विसरून गेले. ज्ञानियांच्या राजाचा सद्गुरू असूनसुद्धा निवृत्तीनाथात ज्ञानाचे कोरडेपण नाही. काल्याचे रूपाने निवृत्तींनी बाळकृष्णाच्या लीला गायिल्या आहेत. निवृत्तिनाथांच्या बाळक्रीडेच्या जवळ-जवळ सगळ्या अभंगांत नामदेवांचा उल्लेख आहे. नामदेवात प्रत्यक्ष पांडुरंग वास करत असल्यामुळे राही व रखुमाई नामदेवाला अत्यानंदाने ओवाळतात. प्रत्यक्ष पांडुरंगही **'घेरे नाम्या कवळु'** असं म्हणून नाम्याची मनधरणी करतात.

'निवृत्ती चोखळ गयनीप्रसाद । श्रीरंग गोविंद दिधला मज ।।'

नाथपरंपरेत श्रीशंकराचे नाव गुरूंचाही गुरु म्हणून घेतले जाते. त्या आदिनाथांपासून नाथांची परंपरा सुरू होते. त्याच परंपरेत निवृत्तिनाथांना एकात्मज्ञानाचा लाभ झाला. नाथपंथ हा शैव परंपरा सांगणारा आहे. पण वरील वचनात नाथ कृष्णनामाने आपलं कुळ पावन झाल्याचं सांगतात.

नामस्मरणभक्तीचा महिमा सर्व संतांना पटल्यामुळे त्यांनी तो गायिला. नामस्मरणभक्तीला विशेष अधिकार लागत नाही. अंत:करणातला निर्मल भाव या भक्तीला पुरतो. म्हणून निवृत्तीनाथांनीही विठ्ठलाकडे नाम मागितले. लोकांना तारण्यासाठी भक्तीचा सुलभ मार्ग पांडुरंगाकडून मागून घेतला.

न जाणती कळा कुसरी गोपाळा । नाम हे मंगळा अच्युताचें ।।
हेचि मज द्यावें सप्रेम आपुलें । ध्यातुसे पाऊले एवढ्यासाठीं ।।

नामस्मरणाला काळाचे बंधन नाही. कोणत्याही वेळेला नाम घेता येते. सर्व साधनांपेक्षा 'रामकृष्णहरी' हा सार मंत्र विशेष थोर आहे. सामान्यातल्या अतिसामान्यांना याचा उपयोग झालाच, परंतु चांगदेवांसारख्या महान योग्याचाही अहंकार नामस्मरणाने गेला.

नामस्मरणामुळे भक्त भवसागर तरून जातो. त्याचे शत्रू नाश पावतात, मोहाचा विनाश होऊन षड्रिपू जिंकले जातात. प्रवृत्तीबरोबर निवृत्ती सहज साधते. जन्ममृत्यूचा फेरा चुकतो व संसार सुफल होतो. नामस्मरण आणि कीर्तनभक्ती ही भक्तांची उपासनेची साधने नसून भक्तांना ते संजीवन मंत्र आहेत.

निवृत्ती कीर्तन दिननिशीं ध्यान ।
मनाचे उन्मन इये रूपीं ।।

''रामकृष्णनाम हाचि थोर उच्चार' या शब्दात निवृत्तीनाथांनी नामभक्तीचे सार सांगितले आहे. भक्तीचा आश्रय करून मानवाने आत्मोद्धार कसा करावा याचे मार्गदर्शन निवृत्तीनाथांनी केले.

समता वर्तावी अहंता खंडावी । तेणेंचि पदवी मोक्षमार्ग ।।
क्षमा धरी चित्तीं अखंड श्रीपति । एक तत्त्वचित्तीं ध्याईजेसु ।।
नाम हाचि मंत्र नित्य नाम सार । दुसरा विचार घेऊ नको ।।

आपली भावंडे आपल्या आधी समाधिस्थ झाली हे पाहून निवृत्तींचा जीव कळवळला.

''निवृत्तीराजातें कळवळा वाटे भारी ।
आता आम्हां हरि आज्ञा द्यावी ।''

अशी पांडुरंगचरणी निवृत्ति नाथांनी अनुमती मागितली. आपल्या जीवितकार्याची समाप्ती झाली, हे जाणून निवृत्तींनी ब्रह्मगिरीच्या पायथ्याशी त्र्यंबकेश्वर क्षेत्री ज्येष्ठ वद्य द्वादशी, शके १३१९ या दिनी (म्हणजेच १७ जून १३९७) समाधी घेतली. नामदेवांनी निवृत्तिनाथांची थोरवी गाताना असं म्हटलं -

नामा म्हणे देवा निवृत्तीसारखा योगी ।
नाही आता जगी दावावया ।।

नामदेवांचे म्हणणे सर्वार्थाने सत्य आहे.

- सोपानदेव -

संतश्रेष्ठ ज्ञानेश्वरांचा कनिष्ठ बंधू व वारकरी संप्रदायातील एक वंदनीय संत म्हणजे सोपानदेव. सोपानदेव हे नाथपंथीय सिद्धयोगी होते. इ. स. १२७४ मध्ये विठ्ठलपंत - रुक्मिणीबाई यांच्या पोटी त्यांचा जन्म झाला. गृहस्थाश्रमाचा त्याग करून संन्यासाश्रम

घेतला आणि गुरुआज्ञेने परत गृहस्थाश्रम स्वीकारला म्हणून समाजाने त्यांच्यावर बहिष्कार टाकला. यानंतरच्या गृहस्थाश्रमात निवृत्ती, ज्ञानदेव, सोपान या तीन पुत्रांचा जन्म झाला. सोपानाची धाकटी बहीण मुक्ताई. आळंदीच्या ग्रामसभेने विठ्ठलपंतांना देहांताचे प्रायश्चित्त सांगितले. त्यामुळे विठ्ठलपंत – रुक्मिणीबाई यांनी आत्मार्पण केले आणि ही भावंडे पोरकी झाली. निवृत्ती व ज्ञानेश्वर कोरान्नाची भिक्षा मागत, तेव्हा सोपान मुक्ताईचा सांभाळ करायचे.

विठ्ठलपंतांनी देहान्त प्रायश्चित्त घेऊनही या भावंडांचा उपनयनसंस्कार झाला नाही. उलट

'म्हणती सकळ द्विज जावे प्रतिष्ठाना ।
तेथुनी पत्र आणा तें वंद्य करू ।।'

असे या भावंडांना सांगण्यात आले. परंतु

'भक्ति हे सरती जाति न सरती।
ऐसी आत्मस्थिति स्वसंवेद्य।'

अशा अद्वैतावर निवृत्ती आरूढ झाले. सोपानदेवांनी स्पष्टपणे आपली भूमिका मांडताना म्हटले –

'व्यास आणि वाल्मीकि कोण कुळ तयांचें।
तैसेंचि आमुचें सोपान म्हणे।।'

शुद्धिपत्रासाठी जाण्याचे सोपानदेवांनी नाकारले. ज्ञानदेवांनी मात्र –

'म्हणोनिया संतीं अवश्य आचरावें।
जनां दाखवावें वर्तोनिया।।'

असे सांगून त्यांचे मन वळविले. कालांतराने या चारही भावंडांचा अधिकार सिद्ध झाल्यावर समाजाने देवासारखी यांची पूजा केली.

सोपानदेवांचे गुरू निवृत्तिनाथ. गुरुकृपेमुळे पारमार्थिक रहस्य प्राप्त झाले. पण त्यासाठी मन जिंकणे किती महत्त्वाचे आहे यावर सोपानदेवांनी प्रकाश टाकला आहे.

मन आधी मुंडी वासनेतें खंडी ।
विठ्ठल ब्रह्मांडीं एक आत्मा ।।

गहिनीनाथांकडून मिळालेले एकात्मज्ञान सर्व भावंडांनी सहजपणे आत्मसात केले. निवृत्तिनाथांचा प्रसाद मिळाल्यावर झालेल्या आत्मानुभूतीची नोंद सोपानदेवांनी अभंगात केली आहे. **द्वैत संपून मनीं अद्वैत बिंबलें.**

दुजेपणीं ठाव द्वैत तें फेडिलें ।
अद्वैतीं बिंबलें तेजोमय ।।

सोपानदेवांचा अहंकार संपला. वासना नष्ट झाली. जनी जनार्दन आहे याचा साक्षात्कार झाला. या साक्षात्कारानंतर सर्वत्र ईश्वर आहे **'जनी जनार्दना सेवीतुसे ।'** हा अनुभव सोपानदेवांनी घेतला.

आपरूप हरी आपणचि देव ।
आपणचि भाव सर्व जाला ।।
सर्व हरी हरी बाह्य अभ्यंतरीं ।
एक चराचरी आत्माराम ।।

असा पारमार्थिक अनुभव आल्यामुळे सोपानदेव धन्य झाले. सर्वश्रेष्ठ असा एकात्म अनुभव या साऱ्या भावंडांनी घेतला. हा अनुभव स्वत:पुरता न ठेवता आपल्या कृतीने, चारित्र्याने व वाङ्मयाने जगाच्या कल्याणासाठी उलगडून दाखविला. संतांच्या विभूती जगाच्या कल्याणासाठी असतात हे आपल्या कृतीने दाखवून दिले.

सोपानदेवांच्या नावावर सुमारे पन्नास अभंग उपलब्ध आहेत. 'सोपानदेवी', 'पंचीकरण' व 'प्राकृतगीता' हे तीन ग्रंथ (हस्तलिखित) सोपानदेवांचे असावेत असे एक मत आहे.

सोपानदेवें ग्रंथ केला होता सार ।
ठेविला समोर निवृत्तीच्या ।।

असा उल्लेख नामदेवांनी केला आहे. पण तो ग्रंथ उपलब्ध नाही.

नाथपंथीयांचे रहस्य सोपानदेवांनी निवृत्तिनाथांकडून समजावून घेतले असले तरी भक्तियोगाचे महत्त्व त्यांनी आपल्या अभंगांतून विशद केले आहे.

'हाचि मार्ग सोपा जनासि उघड ।'

असा निर्वाळा त्यांनी दिला. पंढरी म्हणजे भूवैकुंठ.

'वैकुंठीची वाट पंढरी जाणा ।' असा उपदेश केला. पंढरीच्या माहेरी सुखाचे मेघ भक्तीचा अखंड वर्षाव करतात. संतांच्या मांदियाळीत अवघे भक्त एकमेकांना उराउरी भेटतात. पंढरीचा पांडुरंगही या नामगजरात आनंदाने, सुखाने डोलतो.

सोपानदेवांनी विठूचरण नित्य आपल्या ह्दयी धरले आहेत. विष्णू व वैकुंठ, शंकर व कैलास, त्याप्रमाणे विठ्ठल व पंढरी हे नाते अन्योन्य आहे.

वैकुंठीचें सुख नलगे पै चित्तीं।
हरि हेचि मूर्ती विठ्ठल घ्यावो ।।

शैवपंथीय असूनही सोपानदेवांनी आपला कुळाचार पांडुरंग असल्याचा निर्वाळा आत्मप्रत्ययाने दिला आहे. वारकरी संप्रदायाच्या 'रामकृष्णहरी' या उघड्या मंत्राचे कौतुक सोपानदेवांनी आपल्या अभंगातून केले आहे. नामस्मरणाचा मार्ग सुलभ असल्याचे सोपानदेव सांगतात. "**ऋषिवेद वचन आम्हा नामपाठ।**" असे सार्थ वचन ज्ञानोत्तर भक्ती करणाऱ्या सोपानदेवांनी सांगितले. नामस्मरणाने पतितांचा उद्धार होतो. स्वत: महादेव असूनसुद्धा कैलासाचा अधिपती शंकर नित्य नामस्मरण करतो, त्यामुळे बाकी भक्तांनी शंकराला अनुसरावे. नामस्मरणाने सारे भक्त पावन झाल्यामुळे खरी अडचण यमाची झाली. नरक ओस पडला.

चित्रगुप्त म्हणती यमा। काय करावें गा धर्मा ।।
लोक रातले रामनामा। पुरुषोत्तमा विठ्ठला देवा ।।

नामस्मरणामुळे जन्ममरणाचा फेरा चुकतो. अक्षयसुखाची प्राप्ती होते.

रामकृष्णमुखें तया अनंत सुखें।
जो जाय विशेषें वैकुंठभवना ।।

ज्ञानदेवांनी कार्तिक वद्य त्रयोदशी, दि. २५ ऑक्टोबर १२९६ या दिवशी समाधी घेतली. त्यानंतर एकाच महिन्याच्या अंतराने म्हणजे मार्गशीर्ष वद्य त्रयोदशी शके १२१८ म्हणजे २३ डिसेंबर १२९६ या दिवशी सोपानदेवांनी समाधी घेतली. सासवड गावी सोपानदेवांनी समाधी घेतल्यामुळे सासवडला थोरवी आली.

सोपानदेवांच्या समाधीचे स्थळ चांगा वटेश्वरांनी सुचविल्याचे संत नामदेव सांगतात –

वटश्वरें वृत्तांत सांगितला सकळ।
पूर्वी आमुचें स्थळ याच क्षेत्रीं ।।
येथूनिया वाट जातसे पाताळा।
उघडिली शिळा समाधीची ।।

– संत श्री निळोबा –

संतश्रेष्ठ तुकाराममहाराजांचा लाडका शिष्य आणि उत्तराधिकारी, वारकरी संप्रदायात ज्यांना अत्यंत मानाचे स्थान लाभले ते संत श्री निळोबा, अहमदनगर जिल्ह्यातील पारनेर तालुक्यातील पिंपळनेर या गावचे रहिवासी. इ. स. १६३५ मध्ये शिरूर येथे त्यांचा जन्म झाला. मूळ आडनाव मकासरे. परंतु पिंपळनेरचे असल्यामुळे पिंपळनेरकर या नावाने ते परिचित आहेत. त्यांच्या वडिलांचे नाव मुकुंद. यांना बऱ्याच वर्षांनी पुत्ररत्न झाले. मुलाचे नाव 'नीलकंठ' ठेवले. मुकुंदपंत मकासरे तथा कुलकर्णी यांचा हा पुत्र 'निळा' या नावाने ओळखला जाऊ लागला. यांच्या घराण्यात विठ्ठलभक्तीची परंपरा होती, घरी नित्य शिवशंकराची पूजा होत असे. अठराव्या वर्षी निळोबांचा मैनाबाई यांच्याशी विवाह झाला आणि लवकरच मुकुंदपंतांनी देह ठेवला.

पंचक्रोशीचे कुलकर्णीपण यांच्याकडे आले होते. पण एकदा पूजा करत असता सरकारी बोलावणे आले. पूजा सोडून हे गेले नाहीत. सरकारी सेवकांनी त्यांना पकडून नेले. सेवाधर्माचा वीट आल्यामुळे यांच्या मानी वृत्तीमुळे कुलकर्णीपद सोडून दिलं. निस्पृह वृत्ती, वैराग्यशीलता व स्वाभिमान या अंगभूत गुणांमुळे त्यांनी नोकरीकडे पाठ फिरवली.

अनुतापे संतप्त झाला। कंठ सद्गदित दाटला।।
नेत्रकमळीहून सुटला। अश्रूधारांचा।।

दोन मुलगे, एक मुलगी असा प्रपंच विस्तारला. मग हरिभजनात रमू लागले. हरिभजनाशिवाय मनाला अन्य ध्यास नव्हता. प्रापंचिक वैभवाचा त्याग केला. वतनाचे सारे हक्क भाऊबंदांना देऊन टाकले आणि स्वत: मालकी हक्कातून मुक्त झाले. आपल्या पत्नीसह प्रवासाला निघाले. पंढरीत आले आणि विठूचरणी रमले. पांडुरंगाच्या दर्शनाने निळोबा आनंदले. पण अंतिम समाधानाचा ते शोध घेत होते. पंढरीत असताना निळोबांच्या कानावर तुकाराम महाराजांची कीर्ती आली. निळोबांनी अति नम्रभावाने विठूरायाकडे तुकोबांकडून गुरूपदेश प्राप्त होऊ दे अशी आर्त मागणी केली. तुकोबांच्या ध्यासामुळे निळोबांनी देहूकडे प्रस्थान केले. विठ्ठलाचे दर्शन घेतले की कोटी कोटी पापे जळून जातात. विठ्ठल अंतरंगात शिरतो. सगळीकडे त्याचे रूप दिसू लागते. दशदिशा व्यापून हरिपुढे उभ्या असलेल्या विठोबाकडे त्यांनी विनवणी केली, तुकोबांच्या गुरुपदेशाची.

विठ्ठलमूर्ति पाहता दिठी। पळती कोटी पापांच्या ।
मग तो आविर्भवे अंतरीं। दिसे बाहेरी चहूंकडे।।
दुजे येरूंचि नेदी आड। लपवी दुवाड मायाकृत।
निळा म्हणे व्यापुनि दिशा। ठाके सरिसा दृष्टिपुढे।।

देहूला जाण्यापूर्वी निळोबांनी ज्ञानदेवांच्या संजीवन समाधीचे दर्शन घेतले. देहूला आल्यावर नारायणबुवांशी परिचय झाला. देहूच्या मुक्कामात निळोबांनी अखंड 'रामकृष्णहरी' चे नामस्मरण चालू ठेवले. अखंड भक्ती व देहभान हरपून रामकृष्णहरी'चे नामस्मरण चालू ठेवलं.'

भाव भक्ति भाग्यवंत। तया संत भेटती।
येर ते भाग्य जाती वाया। न भजता पाया संतांच्या।।
वचनीं यांचे विश्वास धरिती। धन्य ते होती उभय लोकीं।
निळा म्हणे या सज्जनापायी। जीवभाव जिहीं समर्पिला।।

निळोबांच्या जन्माआधी तुकोबारायांचं निर्वाण झालं. त्यामुळे प्रत्यक्ष भेटीत गुरुपदेश मिळणं अशक्य होतं. बहिणाबाईला प्रथम स्वप्नातच दृष्टान्त झाला. तुकोबा करुणाकर असल्यामुळे आपल्यालाही स्वप्नी दृष्टान्त होणार अशी निळोबांची दृढ श्रद्धा होती. अहोरात्र नामस्मरण चालू असूनही तुकोबांनी दृष्टान्त दिला नाही. निळोबा तुकोबांना बोल लावत नाहीत. आपल्यातल्या दोषांमुळे दृष्टान्त होत नाही असे वाटून दोष समजण्यासाठी ते प्रयत्न करू लागले. उपवासाने अंतर्मुखता येते. अंतर्मुख मनाला आत्मपरीक्षण करता येते. म्हणून निळोबांनी 'प्रायोगवेशनाचा' अंतिम मार्ग स्वीकारला. देवापाशी सद्गुरूच्या प्राप्तीसाठी टाहो फोडून करुणा भाकली. अखेर सद्गुरूंनी कृपा केली.

तुका ध्यानीं तुका मनीं। तुका दिसे जनींवनीं।
तुका तुका म्हणोनि। निशीं दिनीं बोभाट।।

निळोबांच्या मनातील प्रामाणिक भक्तिभाव ओळखून तुकोबांनी त्यांना स्वप्नात दर्शन दिले. हातात वीणा, कपाळाला बुक्का, तेजस्वी चेहरा, डोईला पागोटं, अंगात बंडी, धोतर अशा वेशात तुकोबांनी स्वप्नात दृष्टान्त देऊन **'जय जय रामकृष्णहरी'** हा गुरुमंत्र दिला.

निळोबांना त्यांच्या पूर्वसुकृतामुळे संत तुकारामांसारख्या जगद्गुरुची कृपा लाभली. एका परमशुद्ध संप्रदायाचे ते पाईक झाले. असं भाग्य क्वचितच एखाद्याच्या वाट्याला येते. आपली गुरुपरंपरा सांगताना निळोबा म्हणतात –

मुख्य महा विष्णु चैतन्याचें मूळ। सांप्रदाय फळ तेथोनिया।।
हंसरूपी ब्रह्मा उपदेशी श्रीहरी। चतुरश्लोकी चारी भागवत।।
तें गुज विधाता सांगे नारदासी। नारदें व्यासासी उपदेशिलें।।
राघव चैतन्य केलें अनुष्ठान। त्यासी द्वैपायनें कृपा केली।।
कृपा करुनि हस्त ठेवियेला शिरीं। बोध तो अंतरीं ठसावला।।
राघवचरणी केशव शरण। बाबाजीशीं पूर्ण कृपा याची।।
बाबाजीनें स्वप्नीं येऊनि तुकयाला। अनुग्रह दिला निज प्रीती।।
जगद्‌गुरु तुका अवतार नामयाचा। संप्रदाय सकळांचा येथूनिया।।
निळा म्हणे मज उपदेश केला। संप्रदाय दिला सकळ जना।।

निळोबांना तुकोबाराय हे नामदेवांचे अवतार वाटतात. वारकरी संप्रदाय व्यापक, विशाल होण्यासाठी तुकारामांनी निळोबांना गुरूपदेश दिला अशी त्यांची दृढ श्रद्धा.

निळा म्हणे संप्रदाय शुद्ध। उपजवी बोध गुरु – शिष्या।।

या श्रेष्ठ संप्रदायाचे पाईक होताना त्यांनी स्वत:कडे कमीपणा घेतला आहे. आपण मुळातच मतिमंद आहोत. पण तुकोबांनी आपला अंगीकार करून आपला उद्धार केला. निळोबांसाठी तुकोबा म्हणजे साक्षात परमेश्वर.

''अहो स्वामी, तुकया देवा । यावरी न करावा अव्हेर।''

अशी विनवणी निळोबा करतात. त्यांच्या या नम्र भावनेमुळेच तुकोबा प्रसन्न झाले.

येऊनियां कृपावंतें। तुकया स्वामी सद्‌गुरुनाथें।।
हात ठेविला मस्तकीं। देऊंनी प्रसाद केलें सुखी।।

सद्‌गुरूमुळे एकात्मज्ञानाची प्राप्ती झाली, हा कृतज्ञता भाव निळोबांच्या अंतरंगी नित्य होता. गुरूंच्या वरदहस्तामुळे परमार्थाचे रहस्य उलगडले. जिकडे तिकडे असलेले ब्रह्माचे अधिष्ठान प्रत्ययाला आले. याच्या डोळियांचा डोळा उघडला. त्रिगुणांची शुद्धी झाली. मोह, ममता, भ्रांती फिटली आणि आत्मसाक्षात्कार झाला. हे सारे बदल केवळ सद्‌गुरूंच्या कृपेमुळे झाले याची जाणीव निळोबांना आहे.

'निळा म्हणे वस्ताद माझा। शिरी असता सद्‌गुरुराजा।।'

सद्‌गुरूंच्या कृपेमुळे भवसागरातील सर्व व्याधींचा नाश करून, साधकाला त्रिगुणातीत करून आत्मानुभव देण्याची प्रतिज्ञा निळोबा करतात.

तुकाराम महाराजांचा टाळकरी म्हणून निळोबांनी संतांच्या मांदियाळीत मोठे स्थान प्राप्त करून घेतले. तुकारामांचा वारसा चालविला आणि उत्तराधिकारी म्हणून शंकरस्वामींच्या खांद्यावर वीणा दिली.

पंढरीचा महिमा गाताना वेदांनाही जिभा फुटतात असे निळोबांना वाटते. केवळ पंढरीला जाण्याची इच्छा व्यक्त केली तरी सायुज्यता धावून येते. जीवाशिवाला तृप्तता लाभते ती पंढरीतच. पातक्यांचा उद्धार करण्याचे सामर्थ्य पंढरीच्या तीर्थक्षेत्रांतच आहे. भूवैकुंठ पंढरी म्हणजे भक्तिमुक्तीचे साक्षात माहेरच.

'भक्तिमुक्तीचें माहेर। वसविलें पंढरपूर ।।'

कष्टात आनंद आहे हे सत्य असलं तरी ब्रह्मानंदाचा आनंद प्राप्त होतो तो पंढरीच्या वारीतून आणि पंढरीच्या वासातून, असे निळोबा सांगतात.

'निळा म्हणे ब्रह्मानंदा। झाले तत्पदा अधिकारी ।।'

करुणाघन विठ्ठल भाविकांच्या भावाला भुलत असल्यामुळे जीवनातील यच्चयावत सुखांची प्राप्ती पंढरीत होते. वैकुंठातील भक्त विष्णुपद टाकून भूवैकुंठात म्हणजे पंढरीत विठ्ठलचरणी येण्याची आस बाळगतो. पंढरीची वारी करणाऱ्या भक्तांची चरणधूळ मस्तकी धारण करताना प्रत्यक्ष वैकुंठप्राप्तीचा आनंद निळोबांना मिळतो. जो पंढरीची वारी करत नाही, विठ्ठलचरणी ज्याचा भाव नाही तो साक्षात महापापी असं निळोबांना वाटतं. याचा जन्ममरणाचा फेरा कधी चुकत नाही. तो दैन्यवाणे जीवन जगतो. आपले हित व्हावे असे ज्याला वाटते, त्याने पंढरीची वारी करावी, असा उपदेश निळोबा करतात. पंढरी म्हणजे निळोबांचे सारसर्वस्व.

पुंडलिकाच्या निर्मळ भावामुळे पांडुरंग पंढरीत थांबले. पुंडलिकाचे कर्तृत्त्व निळोबांनी शिरोधार्य मानले.

'थोर उपकार केला लोकां। भक्तां भाविकां तारियलें ।।'

विठ्ठल नाही तर भक्तीचे अक्षय पीकच पंढरीच्या शेतात पुंडलिकाने आपल्या भावाने पेरले असं निळोबांना वाटतं. पुंडलिकासाठी क्षीरसागराहून स्वेच्छेने आलेला पांडुरंग अठ्ठावीस युगे कटेवर हात ठेवून उभा आहे.

आला स्वइच्छा पंढरपुरा। सांडूनिया क्षीरसागरा।
पुढें देखोनिया वाटे। चरण ठेविलें गोमटें ।।
दोन्ही हात कटावरी। ठेवूनि परमात्मा श्रीहरी।
निळा म्हणे जगदोद्धार। करीन उभा निरंतर ।।

विश्वाच्या उद्धारासाठी निर्गुण परब्रह्म साक्षात सगुण विठ्ठल झाले. या विठ्ठलाला संत फार आवडतात. संतांचे बोलणे ऐकून चक्रपाणी, श्री विठ्ठल आनंदित झाला. विठ्ठलाला संत आपले प्राणसखे वाटतात.

ऐकोनिया संतवाणी। चक्रपाणी संतोषे।
म्हणे तुम्ही प्राणसखे । बोलतां मुखें प्रीती वाटे।।

सर्वही काळ माझीच चाड। तरि मजही कोड तुमचेनि।
निळा म्हणे न फिटे धणी। भक्ता आणि देवाची।।

संतांना आलिंगन देण्यासाठी विठ्ठलाच्या मनी ओढ असते. त्यासाठी तो उतावीळ होतो. **'निळा म्हणे संतभेटी। उतावेळ घाली मिठी।।'**

भक्तांच्या त्रिविध तापांचे विठ्ठल हरण करतो. भक्तांची अवघी पापे आणि कर्मे जाळून तो त्यांना मोक्ष देतो. म्हणून निळोबांना त्याची भीती वाटते. कारण मोक्ष मिळाला तर भक्तीचे सुख गेले. नित्य भक्ती करता यावी ही मनाची आस.

विठ्ठल आणि त्याचा एकनिष्ठ भाव यांचे काही देणे-घेणे आहे. पण हे सारे पारमार्थिक स्तरावरचे आहे. त्यात भौतिक सुखाची अपेक्षा नाही. निर्मळ भक्तीने पायाशी आलेले भक्त त्याला आवडतात.

जे जे येती वारकरी। भेटो हरि धावें त्या।।
म्हणे माझें अंतरंग । आले जीवलग भेटीशीं।।

प्रेमळ भावाने पांडुरंग भक्ताला आलिंगन द्यायला धावतो. देव व भक्ताचे नाते अती गोड आहे. भक्ताच्या शुद्ध भावाखेरीज विठ्ठलाला दुसरं काहीच नको असतं. निर्मळ भाव असलेल्या भक्तांचा योगक्षेम पांडुरंग स्वत: चालवितो.

'ज्याचा केला अंगीकार। चालवी भार त्याचा हा।।' भक्तांसाठी हा दास्यत्वही पत्करतो, हलक्या कामाची याला लाज वाटत नाही.

गूळ आणि त्याची गोडी, कापूर आणि त्याचा परिमळ त्याप्रमाणे देव व भक्तांचे नाते होऊन जाते.

एका एका अवलोकिती। एक मिसळती एकांत।।
संत तेचि देव। संतीं देव विराजे।।

असे अद्वैत 'देव - भक्त' या नात्यात प्रस्थापित होते. भक्त भगवंताला पूजतो, तर भगवंत भक्ताला पूजतो.

स्वभावत:च आपण अज्ञानी आहोत, शिवाय आपल्या ठायी भक्तीही नाही याची निळोबांना खंत आहे. विठ्ठलाची कृपा न झाल्यामुळे आपलं मन दु:खाच्या सागरात कसे पडले आहे, याचं यथार्थ चित्र निळोबांनी रेखाटलं आहे.

केव्हा भेटी देसी जिवाच्या जीवना । सुखाच्या निधाना पांडुरंगा।।

अशी आळवणी करून देव प्रसन्न न झाल्यामुळे निळोबांनी देवापाशी प्रेमकलह मांडला.

'निळा म्हणे आम्हांवीण। नाहींच देवपण तुम्हांसी।।'

निळोबांना जगाचा उद्धार करण्यासाठी आत्मोद्धार हवा आहे.

सद्गुरुच्या कृपेने निळोबांच्या हृदयी आत्माराम जागला. तुकोबांनी त्यांना नित्यानंदी निमग्न केले. स्वप्न, निद्रा, जागृती सगळीकडे निळोबांना विठ्ठल प्रत्ययाला येऊ लागला. देहाचा विसर पडला. खंत मावळली आणि विठ्ठलरूपात तादात्म्यता झाली. ब्रह्मानंदाची पर्वणी आली आणि निळोबांना वैकुंठाची वाट सापडली. अंत:करणात ज्ञानदीप उजळला आणि अंधकाराचे समूळ नष्ट झाले. एका ईश्वराची विश्वातील असंख्य रूपे अनुभवून निळोबांना अद्वैताचे ज्ञान झाले आणि तुकोबारायांप्रमाणे निळोबारायांच्या मुखातून विठ्ठलकृपेने जनकल्याणाचे अभंग बाहेर पडू लागले.

ईश्वरप्राप्तीसाठी हरिनामाचा उच्चार हेच एकमेव साधन आहे. सर्व संतांनी एकत्र बसून विश्वातील अनंत साधनांचा अभ्यास केला आणि श्रीहरिचे नाम हे सर्वोत्तम साधन असल्याचा निर्वाळा दिला.

संत एकांती बैसले। सर्वही सिद्धान्त शोधिलें।
सानदृष्टी अवलोकिले। सारांश काढिले निवडुनी।।
तें एक श्रीहरिचें नाम। सकळ पातकां करी भस्म।

अंतरंगाच्या शुद्धीशिवाय प्रकाश दिसत नाही. नामस्मरणात श्रद्धा हवी. विठ्ठलाला नामस्मरणामुळे संतोष होतो. **'राम राम उच्चारिता। नुरे संसाराची चिंता।।'** नामस्मरणामुळे मानवाचे अंतरंग पालटून तो अधिकाधिक सात्त्विक होतो. अंतर पालटल्यामुळे संसाराची आसक्ती तुटते, मनात शांती सुखाची वस्ती होते.

'निळा म्हणे शांतिसुखें। विठ्ठल विठ्ठल म्हणता मुखें।।'

अखंड नामस्मरणामुळे अनासक्त कर्मयोगाचे सहज आचरण घडते. भक्ताचे वैराग्य दिसू लागते. **'प्रगटे वैराग्य अढळ तुटती मळ ममतेचे।।'** नामस्मरणाचा महिमा अगाध असल्याचे निळोबा सांगतात. आपण भवसागर तरून समाजमनाला तारून नेण्याचं सामर्थ्य नामात आहे. भक्तश्रेष्ठ नारदमुनींनी भक्तीविषयी काढलेले गौरवाचे उद्गार मार्मिक आहेत. **'स तरति स तरति लोकांस्तारयति'** निळोबांचे अर्थपूर्ण उद्गार वंदनीय वाटतात.

'निळा म्हणे ऐसें झालें। हरिच्या नामें हरिचि केले।।'

निळोबांनी कीर्तनाचा महिमा गायला आहे. प्रत्यक्ष योग्याला योगातून जे साधले जात नाही ते कीर्तनाच्या माध्यमातून साधले जाते.

'न साधे जें योगयागें। कथाप्रसंग सुलभ तें।।'

कीर्तनभक्तीने मायेचा निरास होतो. जन्ममरणाचा फेरा चुकतो. हरिकीर्तन म्हणजे अनेक रोगांवरची महामात्रा. कीर्तनामुळे गोरोबांना हात फुटले.

'नारद कीर्तनाचा शिरोमणी। नाचे कीर्तनीं सर्वदा।'

कोणत्याही हरिनामसप्ताहाची सांगता काल्याच्या कीर्तनाने होते. त्यात श्रीकृष्णाच्या बालपणीच्या लीला तल्लीनतेने आळविल्या जातात. काला म्हणजे समता. कृष्णाने काल्याच्या निमित्ताने गोकुळात एक अपूर्व चैतन्य निर्माण केले. असंख्य खेळांनी त्याने व्रजभूमी दणाणून सोडली. खेळानंतर भूक लागणारच. पण खेळानंतरचे भोजन आपापल्या शिदोरीतून करणे कृष्णाला मान्य नव्हते. म्हणून त्याने सर्वांचे भोजन एकत्र करून, त्याचा काला करून त्याने स्वहस्ते काल्याची अमृतमय कवळ प्रत्येक मित्राला दिली. या काल्याची चव घेण्यासाठी ब्रह्मादिकसुद्धा वेडे झाले. यमुनेच्या डोहात कृष्ण व त्याचे मित्र हात धुवीत. आपल्याला उच्छिष्ट तरी मिळेल म्हणून सगळे देव मासे झाले. पण कृष्ण आणि त्याच्या सवंगड्यांनी पानाला हात पुसून देवांची फजिती केली. हे वर्णन करताना निळोबा रंगून जायचे.

कृष्णाच्या बासरीचा स्वर ऐकला की गौळणी अत्यानंदाने स्वतःला विसरून जायच्या.

ऐसा स्वानंदाचा आला महापूर।
कृष्ण वेणुध्वनी लोधलें अंतर।।
नेत्रीं निघताती प्रेमाचे पाझर।
निळा म्हणे देहीं देहा अनावर वो।।

निळोबांनी बुवाबाजी करणाऱ्या, लोकांना फसवून स्वतःची तुंबडी भरणाऱ्या बुवांचा योग्य समाचार घेतला.

'आणिकांतें उपदेशी। आपण मळिन मानसीं।।'

अशा बुवांची वृत्ती पिसाटलेल्या कुत्र्याप्रमाणे असते.

अंतरी निश्चय नसल्यामुळे यांच्या कृत्यात साशंकता असते. आपल्या शाब्दिक ज्ञानाचा त्यांना गर्व असतो. निषिद्ध कर्म करताना त्यांना लाज वाटत नाही.

संतांबद्दल निळोबांच्या मनात अपार माया, प्रेम, आदर व अभिमान होता. विठ्ठल हा विश्वात्मक देव. विठ्ठलमय झालेले संत विश्वात्मक वर्तन सहजपणे करणारच ही निळोबांची श्रद्धा.

तेचि संत तेचि संत। ज्यांचा हेत विठ्ठलीं।।
नेणती काही टाणेटोणे । नामस्मरणें वाचुनी।
काया वाचा आणि मन। धाले चिंतनें डुल्लती।।
निळा म्हणे रिक्त देहीं। आठवचि नाही विषयांचा।।

अशा संतांना निळोबांनी साश्रू नयनांनी दंडवत घातले. अशा संतांचा सहवास नित्य लाभावा म्हणून त्यांनी पांडुरंगाची करुणा भाकली आहे.

पंढरी हे भूवैकुंठ तर आळंदी हे शिवपीठ आहे. दोन्हींचा महिमा अवर्णनीय. एकीकडे चंद्रभागा तर दुसरीकडे इंद्रायणी. पंढरीत विठ्ठलापुढे हनुमंत उभा, तर माउलींच्या समाधीपुढे आळंदीत सोन्याचा अश्वत्थ. पंढरीत सर्वश्रेष्ठ देव तर आळंदीत सर्वश्रेष्ठ ज्ञानी भक्त.

'तेथें देव येथें भक्त। महिमा अद्‌भुत दोहींचा।।' –

अशी निळोबांची श्रद्धा. पांडुरंग व ज्ञानदेव यांच्यात भेद नाही असं निळोबा म्हणतात. निळोबांनी चांगदेवांचे चरित्र प्रदीर्घपणे मांडले आहे. त्यात ज्ञानदेवांचे चरित्र ओघाने आले आहे. संत ज्ञानदेव, एकनाथ, तुकाराम, या सर्व संतांच्या आरत्या निळोबांनी अत्यंत प्रासादिकपणे लिहिल्या आहेत.

जगद्‌गुरु तुकोबारायांचा पट्टशिष्य म्हणून निळोबारायांची कीर्ती दशदिशांना दुमदुमली. गुरुकृपेमुळे, श्रीविठ्ठलाच्या साक्षात्काराने व अव्यभिचारी भक्तीमुळे निळोबा परोपकारी थोर संत म्हणून मान्यता पावले. बहुसंख्य निरूपणकार आणि कीर्तनकार संत तुकारामांप्रमाणेच निळोबांचे अभंग पवित्र मानून मोठ्या श्रद्धेने आजही सादर करतात.

– चांगदेव –

इ. स. १३२५ मधील ग्रंथकार चांगदेव हे एक श्रेष्ठ हठयोगी होते. चांगा वटेश्वर, वटेश चांगा अशा नावांनी ते ओळखले जातात. योगसामर्थ्यावर १४०० वर्षे चांगदेव जगले अशी दंतकथा आहे. चांगदेवांचे जन्मस्थान अज्ञात आहे. खानेदशातील एदलाबादजवळील चांगदेव या गावी एक तपस्वी म्हणून त्यांचा वावर होता. वटेश्वर हे त्याच्या उपास्य दैवताचे नाव असावे. मुक्ताबाईंनी चांगदेवांना एका वडाच्या झाडाखाली दाखविलेले ईश्वररूप म्हणजेच हा वटेश्वर होय.

गोरक्षनाथांची शिष्या व ज्येष्ठ योगिनी मुक्ताबाई (ज्ञानेश्वरभगिनी नाही) हिच्याकडून चांगदेव यांनी उपदेश घेतला. ह्या मुक्ताबाईंचा आश्रम श्री पर्वतावर होता. हिच्या समाधीनंतर चांगदेव ज्ञानेश्वरमंडळात आले व ज्ञानेश्वरभगिनी मुक्ताबाईंना योगिनी मुक्ताबाईंचा पुनरवतार मानून ते तेथे राहू लागले. चांगदेव हे ज्ञानदेवांना समकालीन होते. ज्ञानदेवांना भेटण्यासाठी चांगदेवांनी पत्र लिहिले. पण मायना काय लिहावा, तीर्थरूप का चिरंजीव, हे न समजल्यामुळे चांगदेवांनी ज्ञानदेवांना कोरे पत्र पाठविले. ते पाहून मुक्ताईने 'चागदेव अजून कोराच' असा अभिप्राय दिला. त्या पत्राला उत्तर म्हणून

अद्वैत तत्त्वज्ञानाची शिकवण देणारा 'चांगदेवपासष्टी' हा ग्रंथ ज्ञानेश्वरांनी लिहिला.

काही अभंग व तत्त्वसार हा ग्रंथ ही चांगदेवांची उपलब्ध रचना. तत्त्वसाराच्या मूळ १०३६ ओव्यांपैकी फक्त ४०० ओव्या उपलब्ध आहेत. निर्गुण भक्तीचे वर्णन, सिद्धपंथातील योग्यांची नामावळी, निर्वाण व सिद्धयोगी यांचे प्रतिपादन, 'तत्त्वमसि' यासारखे विषय यात आहेत. चांगदेव यांची समाधी चांगदेव या गावी आहे.

– केशवचैतन्य –

तुकाराम महाराजांच्या गुरुपरंपरेतील एक संत. त्यांचे मूळ नाव विश्वनाथ. जन्म पुणे येथे झाला. वडिलांचे नाव नृसिंह तर आईचे नाव आनंदी. उपनाम राजर्षी किंवा राजऋषी. गिरिजा नामक स्त्रीशी त्यांचा विवाह झाला होता. त्याशिवाय त्यांच्यावर मोहित झालेल्या झब्रुन्निसा आणि रोशन या यवन स्त्रियांचाही त्यांनी भार्या म्हणून स्वीकार केला होता. पुढे आलेल्या एका आपत्तीत झब्रुन्निसा आणि रोशन यांना मरण आले व गिरिजेसह ते ओतूरला परत आले. तेथे राघवचैतन्य या सत्पुरूषाची भेट झाली. विश्वनाथांनी त्यांचे शिष्यत्व पत्करले आणि संन्यास घेतला. केशवचैतन्य हे त्यांचे संन्यासधर्मातील नाव होय. त्यांची समाधी ओतूर इथे आहे. कृष्णदास बैरागीकृत चैतन्यलीला या अप्रकाशित ग्रंथात केशव चैतन्य यांनी भक्तिप्रकाश, वैकुंठपद, वासनामय देह, गीतभागवतसार आणि परमार्थविचार हे वाङ्मय लिहिलं पण ते सारं अनुपलब्ध आहे. त्यांच्या नावावर असलेले एक पद आढळते. त्यात **'नवविधा भक्ति निरंतर करवावी। केशव चैतन्य शरण तुलारे।'** अशी ओळ आहे. तथापि त्यात उल्लेख असलेले केशव चैतन्य हेच असा पुरावा नाही. केशव चैतन्य यांनी अनेक अद्‌भूत चमत्कार केल्याच्या आख्यायिका आहेत. तुकाराम महाराजांचे गुरू बाबाजी चैतन्य आणि हे एकच आहेत असे काही विद्वान मानतात. तथापि बाबाजी चैतन्य हे त्यांचे शिष्य होते असं काही विद्वानांनी निदर्शनास आणून दिलं आहे.

– राघव चैतन्य –

'महागणपतिस्तोत्रा' चे कर्ते राघव चैतन्य एक मोठे गाणपत्य. यांनी लेण्याद्रीच्या डोंगरात गणेशाची उपासना केली. तुकाराम महाराजांच्या गुरुपंरपरेतील हे आदिपुरुष मानले जातात. हे गिरनारकडून महाराष्ट्रात आले त्यांच्या काव्यरचनेवरून ते तंत्रसाधक होते असे दिसते.

– कूर्मदास –

पैठणला 'कूर्मदास' नावाचा पांडुरंगाचा एक निःस्सीम भक्त रहात होता. त्याने आयुष्यभर हरिभजन करावे असा जणू विधिसंकेत होता म्हणून जन्मतःच अपंगत्व प्राप्त झाले. एका सत्वशील ब्राह्मण घराण्यात जन्माला आलेल्या याला दोन्ही हात आणि पायही नव्हते. लहानपणापासून आई-वडिलांच्या तोंडून ऐकलेली संस्कृत अष्टके, पदे, श्लोक याची तोंडपाठ झाली. तो न चुकता हे सारं म्हणू लागला. पांडुरंगाच्या भेटीची मनाला ओढ लागली. घरी लोळागोळा होऊन पडून राहण्यापेक्षा पांडुरंगाच्या वाटेनं जाचं. या वाटेवर देह कामी आला तरी चालेल या विचाराने तो भल्या पहाटे पंढरपूर वाटेला लागला. रस्त्याने खुरडत खुरडत तो कासवासारखा अंतर तोडू लागला. रस्त्यात कुणी विचारले तर त्यांना सांगायचा की, 'माझ्या माहेरी पंढरपूरला चाललो आहे.' सात दिवसांवर एकादशी आली होती; पण तोपर्यंत आपण पोहोचणार नाही, याचं त्याच्या मनाला दुःख वाटत होत.

वारकऱ्यांबरोबर त्याने विठूरायाला निरोप पाठविला की 'मी असा लुळापांगळा भक्त आहे तुला भेटायला एकादशीपर्यंत येऊ शकत नाही; पण मी तुझी चातकासारखी वाट बघतोय. तू कृपा-सागर आहेत. तू मला भेटायला ये.' विठोबा खिस्तीचे रूप घेऊन पांडुरंग भेटला. गावी होणाऱ्या मुक्काम भेटीचे वचन दिले. याने वैकुंठनायकाची प्रार्थना केली. कसला तरी दिव्य प्रकाशझोत पडला. याचे डोळे दिपले. याने डोळे उघडून पाहिले त्या दिव्य प्रकाशात एक ज्योत पुढे येताना दिसली. त्या ज्योतीतून एक मूर्ती साकारली. चतुर्भुज, शंख, चक्र, गदा, पद्म, डोक्यावर रत्नजडित मुकुट, गळा वैजयंतीमाळा. ती मनोहर मूर्ती त्याच्याजवळ आली. याने ओळखलेली ही साक्षात पांडुरंगाचीच मूर्ती आहे. जीव एकवटून हा कसाबसा म्हणाला..... 'पांडुरंगा, तूर स्वतः मला भेटायला आल्यास. केवढा मी भाग्यवान। आज साक्षात पंढरी माझ्या वाटेत आला. देवा।

खरंच तुझी थोरवी अगाध आहे. तुम्हाला नमस्कार करायला मला हात नाहीत.' त्याच्या डोळ्यात पाणी आलं. तो पालथा झाला आणि आपलं मस्तक पांडुरंगाच्या चरणी ठेवलं.

पांडुरंग याला म्हणाला, 'भक्ता, काही तरी वर माग! याने हात-पान न मागता, भगवंता, विठ्ठला तू नित्य माझ्या जवळ राहा!' असा वर मागितला. पांडुरंगाने 'तथास्तु' म्हटले. भगवंत पांडुरंगाच्या व संतांच्या पदकमलावर त्याने मस्तक ठेवून कार्तिक शुद्ध दशमीला सोलापूर जिल्ह्यातील लऊळ गावात समाधी घेतली. लऊळ गावात ही समाधी आहे व मोठे मंदिर आहे.

– जगमित्र नागा –

हा वारकरी संत अत्यंत ऋजु व गोड स्वभावाचा असल्यामुळे याला जगमित्र हे नाव पडलं असावं. जगमित्र नागाच्या अगदी मोजक्या अभंगातून त्याच्या कोवळ्या हृदयाची साक्ष पटते. याच्या नावावर अनेक गाथाचित्रे आहे. नागा परळीवैजनाथ १४व्या शतकात याचा जन्म झाला असावा. याच्यासाठी पांडुरंगाने वाघाचं रूप धारण केले. जळत्या घरातून पांडुरंगानो याा वाचविले.

कार्तिक शुद्ध एकादशी इ.स. १३८० असा याचा समाधिकाल मानला जातो. परळीला याच्या समाधीपुढे उत्सवही होतो. अग्नीने प्रल्हादला, गोपाळांना, पांडवांना, बिभीषणाला जाळण्याचा प्रयत्न केला; पण अग्नीला ते शक्य झालं नाही. कारण सगळ्या भक्तांच्या मनात प्रत्यक्ष गोविंद वास करून होते. **'जगमित्र नागा न जळें जरि अग्नि जाळी। हृदयी वनमाळी म्हणोनिया।।'** अशी आत्मसाक्ष नागाने पौराणिक भक्तांच्या संदर्भात दिली आहे. परमेश्वर इतका कृपाळू असतो की निर्वाणीच्या वेळी आपल्या भक्ताच्या रक्षणार्थ तो धावून जातो. अर्जुनाच्या बाणांनी रणांगणात घायाळ होऊन पडलेले भीष्म, अर्जूनाने वध केलेला कर्ण, डोंबाघरी पाणी वहाणारा राजा हरिश्चंद्र, मरणाच्या आसनी बसलेला परीक्षित राजा या सर्वांना **गोविंदे निर्वाणी भेट दिली।** म्हणूनच **'जगमित्र नागा म्हणे गोविंद धरा मनीं। तेणे त्रिभुवनीं सरता होसी।'** असा याचा आत्मप्रत्यय आहे. विठ्ठल म्हणजे बाळकृष्णाच्या भक्तांसाठी विविध रूपे धरणे म्हणजे त्याची लीला होय. म्हणूनच गोकुळात सर्वांना सगळीकडेच कृष्ण प्रत्ययाला येत होता.

– विसोबा खेचर –

संत नामदेवांचे गुरू विसोबा खेचर हे मूळ पैठणजवळील मुंगी इथले रहिवासी. **'विसोबा खेचर जाण। राहे मुंगीमाजी आपण। खिस्तीचा उदीम करून। काळक्रमण करीतसे।'** असे दासो दिगंबर आपल्या 'भक्तिविजया'त लिहितात. विसोबा खेचर यांच्या अभंगांची बांधणी नामदेवांच्या अभंगांसारखी आहे.

मळु वदनाचा। आंगुळू हाताचा।
उदाणु नेत्राचा। स्वामी माझा।।
मुगुट जयाचा। केवल्या आगळे काटी।
पूवि तळवटी। चरण ज्याचे।।

शेलि हे भागले। पोकु वेडावले।
आवारू कवच काटी। थकित जाहली।।
सद्भावे शरण। आवारू जोडूनी।
विसा खेचरचरणी। विनवला।।

विसोबा यों मूळ नाव विसोबा चारी. नतर विसोबा खेचर हे नाव मिळाले. एकदा निवृत्तीनाथांनी मुक्ताबाईजवळ मांडे खाण्याची इच्छा व्यक्त केली. ही वार्ता समजल्यावर विसोबा खेचरांच्या हाती जणू कोलीत मिळाले. स्वत:ला योगी म्हणविणाऱ्या भावंडांना खाण्यापिण्याचे चोचले कशासाठी असा अपप्रचार त्यांनी केला. मुक्ताबाईला खापर न मिळू देण्याची त्यांनी व्यवस्था केली. हिरमुसली मुक्ताबाई घरी परतली आणि झोलला प्रकार ज्ञानदेवांना समजला. ज्ञानदेव हसले आणि योगसामर्थ्याने जठराग्नी तप्त करून आपली पाठ अग्नीइतकी धगधगीत बनवली. मग मुक्ताबाईने ज्ञानदेवांच्या पाठीवर मांडे भाजले. हा विलक्षण प्रकार विसोबा खेचर यांनी चोरून बघितला आणि त्यांचा अहंकार जळून भस्म झाला आणि त्यांनी ज्ञानदेवांचे पाय धरले. ज्ञानदेवांनी त्यांना ह्दयाशी धरून **'सरपरता खेचरा ऐसे।'** असं म्हटले, तेव्हापासून त्याला सर्वजण खेचर म्हणून लागलो. **'सिद्ध पुरुषाप्रमाणे वाणीच्या पलीकडचा हो।'** असा अर्थ ज्ञानदेवांना अभिप्रेत होता. यानुसार खेचर अधिकारी व्यक्ती झाले. नामदेवांना खेचरांनी गुरुपदेश दिला. नामदेवांनी खेचरांना गुरू करावे असे स्वत: पांडुरंगाने नामदेवांना सांगितले.

'नामा म्हणे देवा कवणा शरण जाऊ। कोणा मी होऊं शरणागत।' असा प्रश्न नामदेवांनी विचारल्यावर पांडुरंगाने 'नाम्या तू विसेबा खेचराला शरण जा' असे सांगितले. यानुसार नामदेव औंढ्या नागनाथाला विसोबा खेचराच्या दर्शनाला गेले, तेव्हा विसोबा खेचर देवळात पिंडीवर पाय ठेवून झोपले हेते. अशा अद्भुत प्राण्याला पाहून नामदेवांना आश्चर्य वाटले. नामदेव त्यांना म्हणाले, 'तुम्ही आंधळे आहात का? पिंडीवर पाय देऊन का झोपला आहात?' **विसोबा खेचर बोले नामदेवा उठविले जिवा कारे माझ्या।। देवाविण ठाव रिता कोठे आहे। विचारूनि पाहे नामदेवा।। जेथे देव नसे तेथे माझे पाय। ठेवी या अन्वय विचारूनी।।'** अंधारात प्रखर प्रकाशाचा, विजेचा लख्ख लोळ आल्यासारखा नामदेवांना दिसले. जिकडे पहावे तिकडे सर्वत्र देवच देव आहे. रिकामी जागा कोठेच नाही, असा नामदेवांना साक्षात्कार झाला आणि निखळ आनंदाने मन भरून पावले.

शके १२३१ मध्ये श्रावण शुद्ध एकादशीला विसोबा खेचर समाधिस्थ झाले. त्यांची समाधी बार्शीला आहे. ज्ञानदेवांच्या तीर्थयात्रेत, नामदेवादी मंडळीबरोबर विसोबा खेचर होते.

– शेख महंमद –

(१६वे शतक) शेख महंमद हे विठ्ठलाचे भक्त. धारूल येथे त्यांचा जन्म झाला. त्यांच्या नावावर 'योगसंग्राम' हा प्रसिद्ध ग्रंथ आहे. फाल्गुन शुद्ध नवमीला श्रीगोंदा इथे त्यांची पुण्यतिथी साजरी होते. नरदेह प्राप्त होण्यासाठी फार मोठे भाग्य लागते. याची जाणीव त्यांना होती. सद्गुरूच्या कृपेने त्या नरदेहाला सन्मार्गाला लावण्यात मानवी देहाची इतिकर्तव्यता आहे असे ते लोकांना सांगत असते. नरदेहाची सार्थकता होण्यासांक्ष अहंकार सोडावा लागतो. संताप व अनुराग असे दहातील दोन शत्रू बाहेर काढावे लागतात. देहाचे सार्थक होण्यासाठी कल्पना, वासना, संकल्प, विकल्प यांचा त्याग केला पाहिजे. या त्यागाशिवाय परमार्थाची वाटचाल शक्य नाही. परमार्थ साधण्यासाठी नि:संग व्हावे लागते. पारमार्थिक निर्लज्जपणा अंगी यावा लागतो. लोकलज्जा टाकावी लागते. अनेक वेळ मनात असूनही लोकलज्जेसाठी मानव परमार्थाची वाटचाल करण्यास घाबरतो. म्हणून **'नि:संग निर्लज्ज होई वो धांगडि। मग तुज लागेल गोडि परब्रह्माची।।'** अन्यथा सामान्य माणसाला असे निर्लज्ज होता येत नाही. इंद्रियाचे चोचले तो उत्तमपणे पुरवितो; परंतु नामस्मरणाच्या वेळी त्याला झोप येते. **'निट बसा डोळे पुसा। घातला पवसा झोपेन।। कानि बोंब मारा सावद करा। नाम उपचारा सेख महंमद म्हणे।।'** असा इशारा त्याने दिला आहे. या मार्गावर जाण्यासाठी मनी विश्वास हवा. **'धरावा विश्वास हरिचे चरणीं। सेवाहो सद्गुरू। तेणे भवसागरू तराला सति।। सांडा विषय धंदा। मग तुम्ही गोविंदा। आवडला।।**

पारमार्थिक क्षेत्रातील सद्गुरूचे महात्म्य त्याने सांगितले आहे. सद्गुरूच्या सहवासात वैराग्याची थोरवी उमजते आणि वैराग्ययुक्त आचरण हातून घडते. वैराग्ययुकत आचरणामुळे परमार्थाच्या वाटेतील काटे आपोआप नाहीसे होतात. परिणामी माणसाचा आत्मोद्धार होतो. हरिभक्तीच्या खऱ्या खुणा संतांच्या, सद्गुरूंच्या सहवासात उलगडतात म्हणून सद्गुरूला शरण जाण्यासाठी त्याने आग्रह धरला. मात्र संतांचा मार्ग लौकिकावेगळा असतो हे उपासकाला समजावे लागते.

देवभक्ताचे नाते सांगणारा रोख महंमदाचा अभंग प्रसिद्ध आहे. ईश्वर हे सूक्ष्म अधिष्ठान आणि भक्त म्हणजे स्थूल असा आविष्कार असतो. **'हरि माझी धेनु। वासरू मी भक्त। पन्हा तू द्रवत। मज भक्ता मुखी। हरि माझा नृपति। मी भक्त भद्र। शोभसि चतुर। भक्तिने बरा।। हरि राज्यधर। ति पालखि भोई। छत्र कर सई। न कळस वरि।।...** अशा शब्दांनी आपले ईश्वरासी असलेले नाते याने आर्त भक्तीने आळविले आहे.

□□□

महानुभाव पंथ

इ. स. १२ व्या शतकातील श्री चक्रधरांनी प्रवर्तित केलेला एक द्वैती पंथ. हा पंथ महात्मा, अच्युत, जयकृष्णी, भटमार्ग, परमार्ग इत्यादी नावांनी ओळखला जातो. 'महात्मा' या नावाने ओळखले जाण्याचे कारण असे की चक्रधरांचे अनुयायी एकमेकांना 'महात्मा' या नावाने संबोधीत. स्वत: चक्रधरही आपल्या शिष्यांना महात्मा म्हणत. ज्या पंथात महात्मा आहेत तो 'महात्मा' पंथ. महाराष्ट्रात हा पंथ 'महानुभाव' किंवा 'मानभाव' या नावाने ओळखला जातो.

चक्रधर हे या पंथाचे संस्थापक. महानुभाव पंथात कृष्णाला चक्रधर असं म्हणतात. त्या उपास्याचेच नाव उपासकाला मिळाले. पंथीय लोक चक्रधरांना श्रीकृष्णाचा अवतार मानतात. यांना ११२ वर्षांचे दीर्घायुष्य लाभले. यांचे पाचशे शिष्य व तेरा शिष्या होत्या. श्रीकृष्ण व दत्त या दोन देवता मुख्य धरून या पंथाने संन्यासमार्गावर भर दिला. स्त्री, शूद्रांनाही संन्यासाची मुभा ठेवली. महानुभाव संप्रदायाचे मुख्य केंद्र ऋद्धिपूर हे होते. चक्रधरांनंतर नागदेव, भावेदेव, भास्कर, व परशराम असे पंथाचे चार आचार्य झाले. पुढे या पंथाच्या तेरा शाखा झाल्या.

'गीता' व 'भागवत' हे दोन ग्रंथ पंथात पूजनीय मानले जातात. हा पंथ द्वैती असून त्यांच्याकडून 'गीते'चाही द्वैती अर्थ लावला जातो. कृतयुगात हंसावतार, त्रेतायुगात दशावतार, द्वापारयुगात श्रीकृष्ण आणि कलियुगात चक्रधर असे चार अवतार हा पंथ मानतो. द्वारकाधीश कृष्ण, दत्तात्रेय, द्वारावतीचे चांगदेव राऊळ, गोविंद प्रभू व चक्रधर अशी त्यांची गुरूपरंपरा आहे. विश्वाची जीव, देवता, प्रंपच व परमेश्वर ही चार तत्त्वे ते मानतात. त्यांचा परमेश्वर नेहमी मनुष्यरूप धरून अवतार घेतो. मनुष्यरूपानेच देवाला प्राणिमात्रांचे उद्धरण करता येईल अशी त्यांची श्रद्धा आहे. प्रपंच हा अनित्य, देवता नित्यबद्ध, जीव बद्धमुक्त आणि परमेश्वर हा नित्यमुक्त आहे. श्रीकृष्ण हा गर्भाचा अवतार, मृतदेहात प्रवेश करून घेतलेला 'चक्रधरां'चा तो पतित अवतार व मूळ देहातील एखाद्या जीवाला दवडून घेतलेला 'गोविंद प्रभूं' चा अवतार तो 'दवडण्याचा'चा अवतार होय.

सत्संग, गुरुसेवा, नामस्मरण हे मुक्तीचे मार्ग आहेत. जीव हा अनादि व नित्य वस्तू असल्याने तो परमेश्वराशी संपूर्ण अद्वैत साधू शकत नाही असं ते मानतात.

माहूर (नांदेड) व ऋद्धिपूर ही या पंथाची तीर्थस्थाने, कारण चक्रधरांनी या ठिकाणी वास्तव्य केले. स्पृश्यास्पृश्यता व उच्चनीचतेच्या कल्पनांचा त्याग या पंथाने केला. या निवृत्तिवादी पंथाने सर्वसंगपरित्याग करून विजनवास पत्करण्याचा उपदेश केला. चक्रधरांनी आपल्या शिष्यांना कडक आचारधर्म सांगितला. भिक्षा केव्हा, कोठे, कधी, कशी मागावी, वास्तव्य किती, कोठे करावे अशा अनेकविध सूचना पंथानुयायांना दिल्या जायच्या. यातून पंथाचा आचारधर्म प्रकट झाला आहे.

– प्रवर्तक चक्रधर –

(इ.स. ११९४–१२७४) चक्रधरांचा अवतार दैवी असल्याची पंथानुयायांची श्रद्धा आहे. **'आमुचे गोसावी साक्षात् श्रीकृष्ण चक्रवर्ति'** अशी त्यांची भावना होती. भोळ्या प्रापंचिकांचा उद्धार करण्यासाठी त्यांचा अवतार होता. महानुभाव पंथियांना पूजनीय असलेल्या पंचकृष्णांमध्ये श्री चक्रधरांचा अंतर्भाव होतो.

श्री चक्रधरांचे मूळचे नाव हरपालदेव. गुजरातेतील भरवस राज्याचा राजा मल्लदेव याच्या विशालदेव या प्रधानाचा हा मुलगा. इ. स. ११९४ मध्ये याचा जन्म झाला. हरपालदेव बावीस वर्षांचा असताना झालेल्या सिंघण यादवाच्या स्वारीत याने युद्ध केले. त्यानंतर झालेल्या आणखी एका स्वारीत हा लढला, त्याच्या पत्नीचे नाव कमळाइसा. तारुण्याच्या काळातच याला द्यूताचे व्यसन जडले होते. वयाच्या सव्विसाव्या वर्षी अल्प आजाराने याचे अकस्मात निधन झाले. त्याच वेळी फलटणचा चांगदेव राऊळ याने याच्या देहात प्रवेश केला, अशी कल्पना आहे. मृत हरपालदेव जिवंत होऊन पत्नीसमवेत याने पुन्हा कालक्रमणा करण्यास सुरूवात केली.

चक्रधरांनी निश्चित कोणत्या रीतीने अवतार स्वीकारला या संदर्भात महानुभावांत वेगवेगळी मतांतरे आहेत.

सामान्यांपासून असामान्यांपर्यंत सर्वांना चक्रधरांच्या विद्वत्तेने अवतारित्वाने जसे आकृष्ट केले, त्यात यांच्या रूपसौंदर्याचाही वाटा होता. 'अया कैसे सौंदर्य पुरुषः साक्षात गोरक्षनाथु।' असे उद्‌गार जोगी आणि जोगिणीने काढले. पुष्कळ राजकुमार पाहिले पण 'ऐसे सूंदर्ये कव्हणी ठाइं नाही' – असे एका राउळालाही वाटले. महदाइसेलाही 'कैसे गोसावीयांचे डोळे बरवे' अशी प्रतीती आली होती.

समाजाचे अंतरंग जाणून त्यांच्या दु:खावर फुंकर घालणारा आपले अवतारी स्वरूप लपवून, सामान्यातील एक होऊन राहणारा, अन्य देवदेवता व थोर पुरुष यांच्याविषयी आदरभाव ठेवणारा, आपल्या शिष्यांच्या सुप्त गुणांना पालवी फोडणारा, आपल्या गुरुत्वाचे ओझे वाटू न देता शिष्यांशी मोकळेपणाने हास्यविनोद, क्रीडा करणारा हा थोर महात्मा होता. द्यूताच्या निमित्ताने या महात्म्याच्या जीवनात जे परिवर्तन घडले तेव्हापासून याच्या ठिकाणी तीव्र विरक्ती निर्माण झाली. सर्व जीवमात्रांवर सारखेच प्रेम करणाऱ्या याच्या ठिकाणी स्त्री-पुरुष, स्पर्श्यास्पृश्य असा भेदभाव नव्हता.

चक्रधरांचा अनेकविध विषयांचा चांगला अभ्यास होता. हे मूळचे गुजराथी पण मराठीचा अभ्यास चांगला होता. संस्कृतमधील अध्यात्मग्रंथ, श्रृति-स्मृति-पुराणे यांचाही व्यासंग चांगला होता. भगवद् गीता हा महानुभाव पंथाचा प्रमाणग्रंथ. त्यातील तत्त्वज्ञानावर चक्रधर नित्य विवेचन करीत असत. समकालीन अन्य पंथांचे तत्त्वज्ञान, त्यांचे ग्रंथ यांचाही चक्रधरांचा चांगला अभ्यास होता.

गोविंदप्रभू हे चक्रधरांचे गुरू, यांनीच त्याचे 'चक्रधर' हे नामकरण केले. आपल्या या विदेही अवस्थेतील गुरूविषयी यांच्या अंत:करणात अपार श्रद्धा होती. गोविंदप्रभूंसमोर आपल्या गुरुत्वाचे पवाडे गायलेले त्यांना आवडत नसे. आपली गुरूची व पंथसंस्थापकाची भूमिका गोविंदप्रभूंसमोर ते विसरून जायचे. श्री प्रभूंच्या सेवेत अंतराय पडू नये याची त्यांना चिंता असे. आपल्या गुरूंविषयी श्रद्धाभाव, आदरभाव जसा चक्रधरांच्या ठिकाणी होता, तसेच आपल्या शिष्यांच्या, अनुयायांच्या संबंधी प्रेमही अपूर्व होते. शिष्यांच्या वैयक्तिक जीवनाला उंच पातळी प्राप्त करून देण्यासाठी आणि पंथांच्या प्रतिष्ठेसाठी चक्रधरांना बरेचदा अप्रिय पण पथ्यकर उपदेश करावा लागत असे.

पंथप्रवर्तन करून नवा मार्ग दाखविणाऱ्या यांच्या या लौकिक स्वरूपाबरोबरच त्यांच्या ठिकाणच्या अलौकिकत्वाचेही दर्शन वेळोवेळी होत असे. म्हणूनच एक 'अवतारी पुरूष' असा श्रद्धाभाव भक्तांच्या मनात दृढ झाला. आध्यात्मिक आणि आधिभौतिक तापांचा परिहार यांच्याकडून ज्यांचा ज्यांचा झाला, ज्यांना ती प्रतीती आली त्यांनी तर स्पष्टपणे यांना परमेश्वरावतार म्हटले व मानले.

चक्रधरांचा निर्देश 'लीळाचरित्रा' त सर्वत्र गोसावी असा केलेला आहे. चक्रधर खरंच नि:संग होते, गोसावी होते. चक्रधरांचे चरित्र थोर आहे. पण त्यांच्या चरित्रातील काही घटना लोकापवाद निर्माण करणाऱ्या आहेत. चक्रधरांची लोकप्रियता वाढू लागल्यावर विरोधकांनी त्यांना वेळोवेळी छळायचा प्रयत्न केला, नष्ट करण्याचा प्रयत्न केला. समाजात व राजकीय क्षेत्रात प्रमुख स्थानी असलेल्या व्यक्तींचा यात पुढाकार होता. एक दिवस काही सैनिकांनी चक्रधरांच्या मठावर हल्ला केला, तेव्हा

नागदेव त्यांच्याशी ढाल–तलवारीने झुंजू लागले. चक्रधरांनी नागदेवाला यापासून परावृत्त केले. सैनिकांनी मठ लुटला आणि ''हेमाडपंतानी बोलाविले आहे'', असे सांगून त्यांना पैठणला नेले. पैठणला त्यांच्यावर स्त्रियांना वेध लावण्याचा आरोप ठेवण्यात आला. सारंगपंडिताने त्यांच्याविरुद्ध साक्ष दिली. आणि शेवटी शिक्षा म्हणून चक्रधरांचा कावसेनाच्या देवळात अवयवछेद करण्यात आला. नाक कापण्यात आले. शिष्यांना दु:ख झाले. शिष्यांच्या मनात बदला घेण्याची भावना दिसताच **''तुम्हा मरिता पूजिता समानचि होआवा की गा:''** असा चक्रधरांनी उपदेश केला.

स्वत:च्या कृतीने विरोधकांचे कृत्य त्यांनी पराकोटीच्या उदारतेने पोटी घातल्याचे दिसून येते. यांच्या सुंदर मूर्तीची विटंबना शिष्यांना सहन होत नसे. त्यामुळे 'मुख उजळ करावे' असा आग्रह शिष्यांनी धरला. शेवटी तीन दिवसांचा एकान्त पत्करून अवयव स्वीकार केला. शिष्यांना खूप आनंद झाला. पण चक्रधरांनी आता प्रयाणाचा मनोमन निश्चय केला. त्याला सूचक उद्‌गार वारंवार निघू लागले. आपल्या म्हाइंभट–महदाईसा यासारख्या शिष्यांना बोलावून घेतले. आपले विरोधक अवयवछेदावर समाधान मानणार नाहीत, याची जाणीव असल्यामुळे पंथीय कार्याच्या दृष्टीने निरवानिरव सुरू केली. नागदेवांना पंथाचे आचार्यपद दिले, उपदेश केला. विरोधकांच्या हालचाली सुरू होत्या. अखेरीस त्यांना 'रायाचा हाकारा' आला. आपल्या शिष्यांना चक्रधरांनी गोविंदप्रभूंकडे सोपविले. त्यांची दांडी पैठणकडे गेली. तेथे हातियाळेच्या तळ्यावर मारेकऱ्याकडून यांचा शिरच्छेद झाला, अशी आख्यायिका आहे.

चक्रधरांच्या 'लीलाचरित्र' या जीवनचरित्राचे पंथीय पद्धतीने एकांक, पूर्वार्ध, उत्तरार्ध असे तीन भाग मानले जातात . स्मृतीचे तीन टप्पे या अनुषंगाने मांडले जातात. यांच्या जीवनाचा विचार केला तर प्रधान पुत्र हरपालदेव, चांगदेव राउळाच्या देहप्रवेशाने पुनर्जन्मित व एकाकी भ्रमण करणार हरपालदेव, गोविदं प्रभूंच्या उपदेशाने व श्रीदत्तदर्शनाने जीवितध्येय गवसलेला चक्रधर आणि अधिकारवाणीने जीवनाचा नवा मार्ग दाखविणारा पंथप्रवर्तक चक्रधर अशा यांच्या जीवनाच्या चार अवस्था स्पष्टपणे दिसतात.

– गोविंद प्रभू –

(इ. स. ११८७ ते १२८७) महानुभाव पंथाचे संस्थापक चक्रधर यांचे गोविंदप्रभू हे गुरू होत. ऋद्धिपूरजवळ काटसर गावी अनंत नायक नावाच्या काण्व ब्राह्मणाच्या पोटी यांचा जन्म झाला. यांच्या आईचे नाव नेमाइसा. या दांपत्याची मुले जगत नसत. गोविंदप्रभू हे त्यांचे कनिष्ठ पुत्र. हा पुत्र जिवंत राहावा म्हणून त्यांनी याचे नाव गुंडो असे

ठेवले. पुढे मोठेपणी गुंडमप्रभू, गुंडम राऊळ, गोविंदप्रभू, चिद्घन या नावांनी तो महानुभावी लोकात प्रसिद्ध पावला.

गोविंदप्रभूंच्या लहानपणीच त्यांच्या आईवडिलांचा मृत्यू झाला. त्यानंतर गुंडोच्या मामाने व मावशीने त्यांचे पालन केले. गोविंदप्रभू अत्यंत तल्लख बुद्धीचे होते. बालपणापासून त्याच्या बुद्धीची चमक दिसू लागली. बुद्धीबरोबर त्यांना विरक्ती लाभली. त्यामुळे तारुण्यातच द्वारकेला जाऊन त्यांनी संन्यास स्वीकारला. नंतर चांगदेव राऊळांकडून शक्तिस्वीकार केला. नंतर ऋद्धिपूरला परत येऊन जीवोद्धरणाचे कार्य सुरू केले.

महानुभावी लोक गोविंदप्रभूंना ईश्वरी अवतार समजतात. यांचे चरित्र अनेक चमत्कारांनी भरलेले आहे. एखाद्या घराला आग लागणार असली तर किंवा कोणी मरणार असेल तर त्या गोष्टीची सूचना हे आधीच द्यायचे. मेलेल्यांना उठविणे, पर्जन्य बोलावणे, दुरून गाईचे दूध काढणे, मुक्याला वाचा देणे इत्यादी अनेक चमत्कार केल्याच्या नोंदी त्यांच्या चरित्रात सापडतात.

''आवो मेली जाय'' असा अपशब्द (शिवी) त्यांच्या तोंडी नित्य असायचा. एखादी गोष्ट मनासारखी झाली तर ''ऐसा माझा आता हो ए म्हणे'' हा आनंदोद्गार यांच्या मुखातून बाहेर पडायचा. इतरांना उगीच वेडावून दाखविणे, हातवारे करणे इ. सवयी होत्या. गोविंदप्रभू आमरण नैष्ठिक ब्रह्मचारी राहिले. सर्वाभूती समभाव हे त्यांच्या आचरणाचे वैशिष्ट्य होते. म्हणून ते कोणत्याही जातीच्या घरी भोजन करायचे. अनाथ स्त्रियांना यांचा फार मोठा आधार वाटायचा. उपजत विनोद बुद्धी त्यांच्याजवळ होती. त्यामुळे आपल्या परिवारातील जनांना नावे ठेवणे त्यांना खूप आवडायचे.

महानुभावांच्या पंचकृष्णांपैकी एक म्हणजे गोविदंप्रभू अशी पंथीयांची श्रद्धा आहे. चक्रधरांनी महानुभाव संप्रदाय स्थापून त्याचा जो प्रचार केला तो गोविदंप्रभूनी पाहिला. चक्रधरानंतर १३-१४ वर्षांनी त्यांनी देह ठेवला.

– चक्रपाणी मुनी –

(इ. स. १६ वे शतक) एक महानुभाव संत. हे स्वत:ला कृष्णसुत म्हणवीत असत. मराठी व हिंदी या दोन भाषात यांची ग्रंथरचना आहे. यांचे हिंदीत सात 'तिस्से' आहेत. 'भरवसमालिका' व 'प्रसादमालिका' हे यांचे मराठी ग्रंथ आहेत.

– चांगदेव राऊळ –

(इ. स. १२ वे शतक) महाराष्ट्रातील फलटण या गावी चांगदेव राऊळ यांचा जन्म झाला. तिथे जनकनायक नावाचा एक कऱ्हाडी ब्राह्मण राहात होता. जनकाइसा हे त्याच्या बायकोचे नाव होते. बरेच दिवस जनकाइसेच्या उदरी पुत्रसंतान न निपजल्यामुळे जनकनायकाने दुसरे लग्न केले. पण त्या दुसऱ्या बायकोलाही मुलगा झाला नाही. जनकाईसेचे माहेर चाकण येथे होते. तिच्या माहेरच्या लोकांनी तिला मुलगा व्हावा म्हणून चक्रपाणीला नवस केला होता. जनकनायकाने पुत्रप्राप्तीसाठी चांगदेवाला नवस केला. हा चांगदेव कोण याचा उलगडा होत नाही. त्यानंतर काही दिवसांनी जनकाइसेला मुलगा झाला. ती चांगदेवाची कृपा असे समजून त्या मुलाचे नाव चांगदेव ठेवले. जनकाईसेच्या माहेरचे लोक मात्र याला चक्रपाणी असे म्हणू लागले.

वयात आल्यावर चांगदेवाने कमलवहना उर्फ कमळाइसा हिच्याशी लग्न केले. लग्नानंतर थोड्याच दिवसात याचे आई–वडील वारले. जनकनायकाच्या वर्षश्राद्धाच्या रात्री कमळाइसेने याला संभोगसुखासाठी आग्रह केला. याने ती गोष्ट त्या दिवशी निषिद्ध मानली. तिची समजून घालण्याचा प्रयत्न केला. पण ती ऐकेना. त्यामुळे त्याला वैराग्य प्राप्त झाले. पुढे एकदा एकादशीच्या दिवशी कमळाइसाने याला त्याच गोष्टीचा आग्रह केला आणि याला तिची कामना पूर्ण करावी लागली. पण त्यामुळे त्याचे वैराग्य अधिकच तीव्र झाले. काही दिवसांनी तो माहूरच्या यात्रेला गेला. तिथल्या मेरुवाळा तलावात स्नान करून दत्तदर्शनाला निघाला असता वाटेत त्याला दत्तात्रेयाने व्याघ्ररूपात दर्शन दिले. त्यावेळी चांगदेवाने दत्तापासून उभयशक्तींचा स्वीकार केला. त्यातील परशक्ती त्याने आच्छादली व अवरशक्ती प्रकट केली म्हणून महानुभाव परंपरेत चांगदेवाला 'अवर दृश्यावतारी' असं म्हणतात.

माहूरला बरेच दिवस राहिल्यानंतर हा तिथून द्वारकेला गेला. तिथे गोमती नदीच्या तीरावरील एका गुंफेत मुक्काम केला. उजव्या हातात खराटा व डाव्या हातात सूप घेऊन रोज द्वारकेतले रस्ते झाडून काढी. याच्या दर्शनाला येणाऱ्या लोकांच्या डोक्यावर तो सूप किंवा खराटा मारत असे. त्यामुळे त्या लोकांना देवतांच्या विद्या प्राप्त होत असत. अशा बावन्न पुरुषांना याने विद्यादान केले. गुंडम राऊळ उर्फ गोविदं प्रभू व उधळीनाथ हे यांचे प्रमुख शिष्य होते.

गोविंदप्रभू बरेच दिवस द्वारकेत राहून जीवोद्धरणाचे कार्य करीत होते. म्हणून त्यांना द्वारवतीचा चांगदेव असे नाव पडले. फलटण सोडल्यापासून त्यांनी ब्रह्मचर्य स्वीकारले होते. ते स्वतःला परमेश्वराचा अवतार मानत असल्यामुळे त्यांचे वर्तन रूढ

धार्मिक नियमांच्या बाहेरचे होते. त्यांच्या अंगी योगसामर्थ्य होते. त्याचा उपयोग त्यांनी एका प्रसंगी केला तो असा-

काउरळी या गावची कामारण्या नावाची एक हठयोगिनी एकदा चांगदेवांवर आसक्त झाली. चांगदेव तिला दाद देईनात आणि तीही तेथून हालेना. ती त्यांच्या गुंफेजवळ सात दिवस बसून राहिली. त्यांनी तिच्यापासून सुटका करून घेण्यासाठी देहत्याग करून आपला अवतार संपवला आणि त्याच वेळी भरवस (भडोच) येथे स्मशानात आणलेल्या हरपालदेवाच्या मृत शरीरात प्रवेश केला. महानुभाव पंथाचे संस्थापक च्रकधर म्हणजे चांगदेवाचे अवतार असे समजतात.

- नागदेवाचार्य -

(इ. स. १३ वे शतक) महानुभाव पंथाचे आद्याचार्य नागदेवांच्या पित्याचे नाव महादेवभट व आईचे आबाइसे असे होते. यांची पत्नी गंगाइसा व पुत्र महेश्वर हे होते. हे बीड जिल्ह्यातील पुरी या गावी राहात असत. हे ऐन तारुण्यात म्हणजे महानुभाव पंथात प्रवेश करण्यापूर्वी अनेक व्यसनात गुंतले होते. ते नेहमी आडवी वेणी बांधत असत व कासवटा सोडून हिंडत असत. पुढे रामदेव ऊर्फ दादोस यांच्या सहवासाने ते निवळले. रामदेवांमुळे त्यांनी तांबूल-प्रसाद भक्षण केला व त्यामुळे त्याला स्थित्यानंद प्राप्त झाला. नंतर ते दादोसचे पट्टशिष्य बनले. त्यांच्यापासून यांनी संन्यासदीक्षा घेतली. त्यांच्या निधनानंतर ते गोविंदप्रभूंच्या सान्निध्यात आले. गोविंदप्रभूची मनोभावे सेवा केली. 'स्मृतिस्थळ' या ग्रंथात नागदेवांचे चरित्र वर्णिलेले आहे. गोविंदप्रभू यांना हरिमा असे म्हणत, तर चक्रधर यांना वानरा म्हणत. हे स्वत:ला भटो म्हणवून घ्यायचे. चक्रधरांनंतर यांनी त्या पंथाला विलक्षण गती दिली. यांच्यामुळे या पंथाला भटमार्ग असे म्हटले जाऊ लागले.

नागदेव स्वत: विद्वान नव्हते. पण त्यांच्याजवळ माणसे जोडण्याची कला होती. म्हाइंभट, गोपाळपंडित, दामोदर पंडित, भास्करभट्ट यांसारखी विद्वान मंडळी त्यांनी पंथाकडे आकर्षित केली. यावरून त्यांना 'वेधवंती नागदेव' असे नाव पडले. यांची चक्रधरांवर गाढ श्रद्धा होती. मठात उंबऱ्याचे उसे करून ते झोपत असत. नम्रता हा त्यांचा विशेष गुण होता. आपले कोणी अकारण स्तोम माजवू नये असे यांचे प्रामाणिक मत होते. यांना शिष्यांच्या गुणांची उत्तम जाणीव होती. शिष्यांच्या सुखदु:खाकडे ते मातेच्या प्रेमाने बघत असत.

नागदेवाचार्य म्हणजे महानुभाव पंथाचे कुशल संघटक होते. त्यांचे मराठी भाषेसंबंधी कार्य व प्रेम असाधारण होते. चक्रधरांच्या लीळांचे संकलन करून यांनी मराठी भाषेला एका अमोल ग्रंथांची देणगी दिली आहे. अनेक व्यसनांतून गेलेला हा माणूस एका मोठ्या पंथाची धुरा वाहण्याइतका समर्थ झालेला पाहून मन स्तिमित होते. चक्रधरांना हा माणूस मिळाला नसता, तर महानुभाव पंथ इतका मोठा झाला असता का - याबद्दल शंका आहे. यांच्या काळात मुसलमानांच्या दक्षिणेत स्वाऱ्या होऊ लागल्या. त्यामुळे सर्वत्र पळापळ चालू झाली. अशा वेळी चक्रधरांचे अनुयायीही त्यांना सोडून गेले. पण नागदेवाचार्य एकटे चक्रधरांना न सोडता पंथसंघटनेचे कार्य करीत राहिले.

- भावे देव व्यास -

एक महानुभाव भक्त. यांचे खरे नाव बाईदेवबास. हे गोदावरीकाठच्या नेवासे भागातील रहिवासी. नागदेवाचार्य हे यांचे दीक्षागुरू. नागदेवांच्या मृत्यूनंतर महानुभावपंथाचे आचार्य पद बाइदेवबासाकडे आले. नागदेवाचार्यांनी आपल्यानंतर याला 'सर्वज्ञाचा सर्व व्यापार' चालविण्याची आज्ञा दिली आणि याला दंडवत घालण्याचा सर्वकुलाला आदेश दिला.

चक्रधर व गोविंदप्रभू यांच्यावर त्यांची आत्यंतिक निष्ठा होती. दोघांचेही सान्निध्य यांना लाभले होते. त्यामुळे त्यांच्या पश्चात त्यांच्या स्मृतींनी ते फार दुःखी होत असत. त्यांचा विशेष प्रसिद्ध ग्रंथ म्हणजे 'पूजावसरे किंवा नित्यदिनी लीळा' हा होय. या ग्रंथांत चक्रधरांच्या दिनचर्येचे सूक्ष्म वर्णन आहे. हा ग्रंथ प्राचीन मराठी गद्याचा आदर्श समजतात.

- केसोबास -

(इ.स.चे १३वे शतक) आद्य महानुभाव ग्रंथकार. केसोबास, केशवराजव्यास व मुनी केशिराज या नावांनी हे ओळखले जातात. जन्म मराठवाड्यातील पैठणजवळील वरखेड ह्या गावी झाला. वडिलांचे नाव चक्रपाणी. श्रीचक्रधरस्वामींचा पट्टशिष्य नागदेवाचार्य हे त्यांचे गुरू. म्हाइंभटाच्या लीळाचरित्रातून श्रीचक्रधरोक्त निवडक सूत्रे गोळा करून केशवराजाने आपला 'सिद्धान्तसूत्रपाठ' हा ग्रंथ तयार केला. महानुभाव तत्वज्ञानाची पायाशुद्ध मांडणी केली. दृष्टान्तपाठ हा त्यांचा उल्लेखनीय ग्रंथ. त्यात

श्रीचक्रधरस्वामींनी आपले तत्त्वज्ञान विशद करण्यासाठी मुख्यत: नागदेवाचार्य, महदंबा, रामदेव व बाईसा ह्या आपल्या चार शिष्यांना सांगितलेले एकूण ११४ दृष्टान्त निवडले आहेत. प्रथम चक्रधरोक्त सूत्र व दृष्टान्त आणि शेवटी केशवराजाने दिलेले दृष्टान्तिक किंवा त्या दृष्टान्ताचे सार अशी पद्धत. 'मूर्तिप्रकाश' हा त्यांचा ओवीबद्ध ग्रंथ. त्यात अत्यंत आदरभावाने श्रीचक्रधरवर्णन असून श्रीचक्रधरस्वामींची बरीच माहिती आली आहे. मूर्तिप्रकाशाची शैली अलंकारप्रचुर आहे. केशवराजाच्या 'काव्य वैजयंती'मधील अत्यंत प्रकाशमान रत्न' अशा शद्बात मूर्तिप्रकाशचे वर्णन केले जाते. आपला परममित्र दामोदर पंडित यांना वाचविताना एका मद्यप्याच्या तलवारीला केशवराज बळी पडले असे सांगतात.

– बोरीकर भास्कर भट्ट –

(इ.स. १३वे शतक) महानुभाव पंथाचे तिसरे आचार्य व कवी. यांचे मूळ नांव भानुभट असे होते. ते परभणी जिल्ह्यातील कासार बोरी या गावचे रहिवासी. महानुभाव पंथाची दीक्षा घेण्यापूर्वी कलंकी मार्गातील आचार्य असलेल्या कोण्या एका केशवाचार्यांचे हे शिष्य होते. एक दिवस भानुभटांना नागदेवांचे दर्शन झाले. त्यानंतर त्यांनी केशवचार्यांचे अनुयायित्व सोडले व ते नागदेवांचे शिष्य झाले. पुढे भास्करभट्टांची व केशवाचार्यांची अचानक गाठ पडली. या भेटीत दोघांत वाद झाला. अखेर केशवाचार्य नागदेवांचे शिष्य झाले. काही दिवसांनी केशवाचार्यांची श्रद्धा विचलित झाली असे पाहून नागदेवांनी त्यांना पंथातून हाकलून दिले. भास्करभट्ट मात्र अखेरपर्यंत गुरुकुलाशी एकनिष्ठ राहिले.

यांची वाणी अत्यंत रसाळ होती. ते भागवतावर सांगत असत. ते वादपटू होते, शीघ्रकोपी होते. यांनी आयुष्याचा अखेरचा काळ नगर जिल्ह्यातील अष्टी येथे घालविला असावा व त्या ठिकाणीच त्यांचा अंत झाला असावा. हे 'शृंगारीया कवी' म्हणून प्रसिद्ध आहेत. 'शिशुपालवध' या काव्यात याची प्रचिती येते. 'संस्कृत पूजावसर', 'नरविलापस्तोत्र', 'चालीसाख्यस्तोत्र' इत्यादी बारा ग्रंथ यांनी रचले. यांचा 'उद्धवगीता' भागवताच्या दशमस्कंधावरील मराठीतील पहिला टीकाग्रंथ आहे. हा ग्रंथ श्रीकृष्ण व उद्धव यांच्या संवादातून विस्तार केला असून, पूर्णपणे निवृत्तिपर आहे. पंथीय दृष्टीने यांचे कार्य मोठे व महत्त्वाचे आहे. खालसेयांच्या म्हणजे मुसलमानांच्या धाडीत पंथाच्या सर्व ग्रंथांची वाताहत झाली. त्यामुळे पंथावर मोठा बाका प्रसंग ओढवला. त्यातून नागदेवाचार्य, बाईदेवबास, केसोबास इत्यादी थोर मंडळी दिवंगत झाली. अशा परिस्थितीत याने आपल्या शिष्यांच्या साहाय्याने चरित्रग्रंथ व द्वादशप्रकरणे पुन्हा रचण्याचे महत्त्वाचे काम पार पाडले. भास्करांच्या या कामगिरीमुळे ते पंथाचा तारणहार ठरले.

– महदंबा (महदाइसा) –

(सु. इ.स. १२४२ ते १३१२) महदंबा ही मराठी भाषेतील आद्य कवयित्री होती. हिचे मूळ नाव रूपाई होते.हिच्या वडिलांचे नांव वायेनायक तर आईचे नांव कामाइसा असे होते. रूपाई बुद्धिमान व वेदाभ्यास संपन्न होती. हिची प्रगाढ बुद्धिमत्ता पाहून महानुभावपंथाचे चक्रधर यांनी हिचे नांव महदाइसा असे ठेवले. त्यानंतर केसोबास हिला महदंबा म्हणू लागले. हिचे वडील वायेनायक रावळ गावी राहायचे. ही बालविधवा होती. महानुभाव पंथाचे आद्य आचार्य नागदेव हे तिचे चुलतभाऊ. महदंबा व नागदेव यांना चक्रधरांचे पहिले दर्शन पाटवध गावी झाले. चक्रधरांच्या प्रभावामुळे महदंबा व नागदेव यांनी महानुभाव पंथाची दीक्षा घेतली.

महदंबेला चक्रधरांचा सहवास सतत मिळाला. ती त्यांना अनेक प्रश्न विचारायची. ब्रह्मानुभूती, आत्मज्ञान, कुलधर्म वगैरे विषयांवर ते नेहमी चर्चा करीत. हिच्या जिज्ञासु वृत्तीची चक्रधरांनी स्तुती केली होती. महदंबेमुळेच चक्रधरांचे तोंडून आत्तापर्यंत ज्ञात नसलेला चरित्रभाग प्रकटला. चक्रधरांच्या निर्वाणकाळापर्यंत हिने त्यांची सेवा केली. चक्रधर बद्रिकाश्रमाकडे निघून गेल्यावर ही ऋद्धिपूरमध्ये चक्रधरांचे गुरु गोविंद प्रभूंजवळ राहू लागली.

चक्रधरांचा वियोग झाल्यामुळे नागदेव वेड्यासारखे झाले आणि भानखेडा गावाजवळ निपचित पडले. त्यावेळी महदंबेने त्याला आपल्या पाठीवर घेऊन गावात आणले. त्याला दूध पाजून त्याचे पालनपोषण केले. इ. स. १२८६ मध्ये गोविंदप्रभूंनी समाधी घेतली. त्यानंतर महदंबा नागदेवांजवळ राहू लागली. हिने धवळे, रुक्मिणी–स्वयंवर, गर्भकांड वगैरे काव्यरचना केल्या आहेत. धवळे पूर्वार्ध व उत्तरार्ध भागात असून ते एक प्रकारचे विवाहगीत आहे. महदंबा महानुभाव पंथाची श्रेष्ठ कवयित्री होती. ही वृद्धा धर्मरक्षक होईल अशी नागदेवाचार्यांची भविष्यवाणी होती. नवगाव या ठिकाणी तिचे निधन झाले.

– महींद्रव्यास तथा म्हाइंभट –

(इ.स. १३वे–१४वे शतक) महानुभाव पंथातील एक पंडित. यांना महिंद्रभट, म्हाइंभट, महीभट्ट अशीही नावे होती. हे नगर जिल्ह्यातील सारोळे येथील एका श्रीमंत व विद्वान ब्राह्मणाचे चिरंजीव. मुंज झाल्यावर आपला मामा पंडित गणपती आपेया यांच्याकडे याने विद्याभ्यास केला व हा चांगला पंडित झाला. याची तीव्र बुद्धिमत्ता पाहून गणपती आपेयाने आपली मुलगी त्याला दिली. विवाहानंतर हा दक्षिण देशात जाऊन राहिला. तिथून अनेक सभा जिंकून व जयपत्रे मिळवून हा स्वदेशी परत आला.

आपल्या अजिंक्यपदाचा याला एवढा गर्व झाला की. हा दिवसाही दिवट्या लावून रस्त्यातून जात असे, आकाशात प्रभाकर सूर्य व पृथ्वीवर मी विद्यासूर्य अशी प्रौढी हा मिरवू लागला. एकदा हा आपल्या मामाबरोबर देगावी निघाला असता, वाटेत चक्रधरांची व त्याची गाठ पडली, त्यावेळी त्याने चक्रधरांशी वादविवाद केला. पण या वादात त्याचा पराजय होऊन तो निरुत्तर झाला. तेव्हा त्याने चक्रधरांचे पाय धरले. त्यांची उपदेशदीक्षा घेऊन त्यांच्याजवळ राहू लागला.

गोविंदप्रभूंची सेवा याने मोठ्या एकनिष्ठेने केली. याला चक्रधर व गोविंदप्रभू दोघांचाही सहवास लाभला. नागदेवाचार्यांच्या सहकार्याने याने त्यांच्या स्मृतींचे संकलन करून 'स्मृतिस्थळ' व 'गोविंदप्रभूचरित्र' या नावाचे दोन ग्रंथ लिहिले. याने रचिलेल्या सहा आरत्या 'जतीचा दशकू' या नावाने महानुभाव पंथात प्रसिद्ध आहेत.

- रवळोव्यास -

(इ. स. १४ वे शतक) एक महानुभाव मराठी कवी. याला राघवोपाध्ये असेही म्हणत. याच्या चरित्राची फारशी माहिती उपलब्ध नाही. महानुभावांच्या साती ग्रंथांपैकी 'सह्याद्रीवर्णन' हा ग्रंथ याचा आहे. गुरुप्रेमामुळे याने आपल्या ग्रंथात हिराइसाचे नाव कवी म्हणून गुंफले असले, तरी या ग्रंथाचा कर्ता तोच आहे. ग्रंथाची ओवीसंख्या ७२६ इतकी आहे.

महानुभावांचा द्वितीय कृष्ण श्रीदत्तात्रेयप्रभू यांच्या सह्याद्रीवरील लीळांचे वर्णन हा या ग्रंथाचा विषय आहे. सुंदरी व सकळ या महानुभवांच्या सांकेतिक लिप्याही याने शोधून काढल्या.

□□□

दत्तसंप्रदाय

(इ. स. १५ वे शतक) हिंदू धर्म आणि त्याचे व्यवच्छेदक लक्षण असलेला वर्णाश्रमधर्म यांच्या रक्षणासाठी आणि पुनरुज्जीवनासाठी दत्त संप्रदाय प्रवर्तित झाला. भागवतात विष्णुचे चोवीस अवतार सांगितले आहेत. दत्तात्रेय हा त्यातील सहावा अवतार आहे. इतर सगुण अवतार देहाची खोळ टाकून वैष्णव तेजात मिसळून जातात. पण दत्तात्रेय पूर्ण ब्रह्म असून कल्पांतीही तो अविनाशीच आहे अशी दत्तसांप्रदायिकांची श्रद्धा आहे.

दत्तसंप्रदायाचा विस्तार मुख्यत्त्वेकरून महाराष्ट्र, कर्नाटक व आंध्रप्रदेश या तीन प्रांतांत झाला. उत्पत्ति-स्थिति-लय, जागृति-स्वप्न-सुषुप्ती, सत्त्व-रज-तम, सत्-चित्-आनंद, अ-उ-म, या त्रयांचा समन्वय ब्रह्मा-विष्णु-महेश रूपाने दत्तात्रेयात आहे. दत्तात्रेय अवधूत असल्यामुळे योगरूप आहे. दत्तात्रेय निर्गुण-निराकारही आहे आणि सगुण-साकारही आहे. दत्तसंप्रदायात (आणि अन्य निर्गुणी संप्रदायात आलेली) निर्गुणोपासना, यावनी आक्रमणांच्या मूर्तिभंजनाच्या आसुरी इच्छेला फजित करण्यासाठी प्राधान्याने निर्माण झाली, यात शंका नाही. दत्तसंप्रदायाची उपासना कठोर, अवघड आहे. ती योगरूप असल्यामुळे ब्रह्मचाऱ्यांसाठी आहे. तथापि दत्तसंप्रदायात गृहस्थाश्रमाचे आचरण करणाऱ्या असंख्य प्रापंचिकांना 'गुरूचरित्र' पारायणासारखी उपासना सांगून संप्रदायातील श्रेष्ठांनी कौतुक केले आहे.

आचारभ्रष्ट समाजाला गुरुचरित्रकारांनी एक नवा आचार निर्माण करून दिला. सर्वसामान्यांसाठी नाना प्रकारची व्रते व वैकल्ये सिद्ध केली. ब्रह्मा-विष्णु-महेश यांच्या एकत्रीकरणातून एका जुन्या संप्रदायाचा त्यांनी पुरस्कार केला. आक्रमणांच्या पडत्या काळात समाजाचे रक्षण केले. वारकरी-रामदासी संप्रदायांप्रमाणे दत्तसंप्रदाय अद्वैती आहे. त्यामुळे दत्तसंप्रदायाच्या तत्त्वज्ञानाची बैठक विशाल, व्यापक आणि सर्वस्पर्शी आहे. या संप्रदायाचे वैशिष्ट्य म्हणजे अनंत आत्मानुभवी श्रेष्ठ सत्पुरुष दत्तपरंपरेत निर्माण झाले. दत्तसंप्रदाय आज जनमानसात चांगला रुजला आहे. प्रतिदिनी त्यात विकास होतो आहे.

– श्रीपाद वल्लभ –

(पीठापूरम) इ.स. १४ वे शतक. श्रीदत्तात्रयांचे निवासस्थान म्हणजे गिरनार होय. प्रत्यक्ष दत्तमहाराज तेथे गुप्त झाले. त्या पावलांच्या खुणा गिरनार पर्वतावर आहेत. त्यांचा इतिहासकाळातील पहिला अवतार म्हणजे श्रीपाद श्रीवल्लभ होय. त्यांचा जन्म पीठापूरम इथे झाला. द्वितीय अवतार 'श्रीनृसिंह सरस्वती' हे होत. त्यांचे कार्य व तपश्चर्या नृसिंहवाडी औदुंबर व शेवट गाणगापूर इथे झाला. तृतीय अवतार 'श्री स्वामी समर्थ अक्कलकोट' हे होत. बहुतेक दत्तभक्त अक्कलकोट, गाणगापूर, नृसिंहवाडी, औदुंबर इत्यादी ठिकाणी जातात. पण गिरनार, कुरवपूर व पीठापूरम्ला जाणारे फारच थोडे.

आंध्रप्रदेशातील पूर्व गोदावरी जिल्ह्यातील पीठापूरम् हे तहसिलीचे गाव. तेथील राजन आणि त्याची पत्नी सुमती हे दत्तभक्त दांपत्य म्हणजे अत्रि–अनूसुयेची जोडी. त्यांना चार मुले झाली. त्यातील दोन वारली. दुसऱ्या दोघांतील एक अंध व एक पंगू होता. असा त्यांचा संसार चालू असता एके दिवशी एक अतिथी भिक्षेसाठी आला. त्याने आरोळी दिली. "माते भिक्षा वाढ!" आवाज ऐकून सुमती भिक्षा घेऊन बाहेर आली. त्याच दिवशी सुमतीच्या घरी श्राद्ध होते. वास्तविक श्राद्धाचे जेवण ब्राह्मण जेवून गेल्याशिवाय कोणालाही वाढता येत नाही. परंतु भिक्षेकऱ्याचे तेज पाहून सुमती सर्व काही विसरून गेली. सुमतीने भिक्षा वाढली. त्या तेज:पुंज यतीने आशीर्वाद दिला. "माते काय पाहिजे ते माग." सुमतीने विनंती केली, "माझी दोन मुलं ही अशी अपंग आहेत. आपल्यासारख्या एका तेज:पुंज मुलाची मी अपेक्षा करते." यतीवेशात आलेल्या दत्तात्रेयांनी सांगितले "माते, मीच तुझ्या पोटी जन्म घेईन." या दिलेल्या आश्वासनाप्रमाणे झालेला मुलगा म्हणजे दत्तावतारी 'श्रीपाद श्रीवल्लभ' होत.

श्रीपाद श्रीवल्लभ वयाच्या सोळाव्या वर्षांपर्यंत आईवडिलांजवळ होते. त्यानंतर त्यांनी जनकल्याणार्थ तीर्थयात्रेला जाण्याची आज्ञा मागितली. "ब्रह्मचर्य हाच आमचा आश्रम व योग हेच आमचे कर्म! तरी मी तुम्हाला काही कमी पडू देणार नाही." असे म्हणून त्यांनी त्या दोन्ही व्यंग मुलांकडे कृपादृष्टीने पाहताच त्यांचे व्यंग जाऊन ती दोन्ही मुले तेज:पुंज झाली. आणि श्रीपाद श्रीवल्लभ मात्यापित्यांना वंदन करून तीर्थयात्रेला जायला निघाले. त्यावेळची त्यांची मूर्ती येथे पाहावयास मिळते. या मूर्तीचे वैशिष्ट्य म्हणजे तिला तीन शिरे व चार हात आहेत. या पवित्र मूर्तीचे दर्शन होताच अंगावर रोमांच उभे राहतात. योगिराज गुळवणी महाराजांनीही या मूर्तीचे दर्शन घेतले होते.

पीठापूरम् सोडल्यानंतर श्रीपाद श्रीवल्लभ प्रथम गोकर्ण महाबळेश्वर, नंतर श्रीगिरी, श्रीशैल्य असे फिरत फिरत कुरवपूर येथे आले. तेथे त्यांचा बावीस वर्षे निवास होता.

कुरवपूर येथेच कृष्णामाईच्या एका बेटावर त्यांचे मंदिर, पादुका, मोठा औदुंबर वृक्ष, तपश्चर्या गुहा या पवित्र वस्तू बघायला मिळतात. कुरवपूरमचे आधुनिक नाव कुरुगड्डी असे असून ते कर्नाटकच्या रायचूर जिल्ह्यात रायचूरपासून २५ कि.मी. अंतरावर आहे. ते कृष्णेतठ हे एकच बेट आहे.

– नृसिंहसरस्वती –

(इ.स. १३८ ते १४५८) दत्तात्रेयांचे दुसरे अवतार नि श्रीपाद श्रीवल्लभांचे उत्तरावतार.

एक अवतारी सिद्धपुरूष. यांच्या जन्माची कथा गुरूचरित्रात आहे. विप्र स्त्री, श्रीपादयतींच्या सांगण्यावरून शनिप्रदोषाचे व्रत करीत राहिली, असा उल्लेख गुरुचरित्राच्या आठव्या अध्यायात आहे. हीच पुढे 'करंजनगर उत्तरदेशी। वाजसनेय शाखेसी। विप्रकुळी जन्मली ।। हिचे नाव अंबाभवानी असे होते. त्याच गावातील कोणा माधव नावाच्या विप्राशी तिचा विवाह झाला. पूर्वावताराच्या संदर्भाने ती या शिवप्रेमी गृहस्थाच्या घरी प्रदोषपूजा करी. कालांतराने ती गर्भवती झाली. ब्रह्मज्ञान बोलण्याचे डोहाळे तिला लागले. नवमासानंतर तिला पुत्र झाला.

'जन्मतांच तो बालक, ॐकार शब्द म्हणतसे ऐक।
पाहूनि झाले तटस्थ लोक। अभिनव म्हणती ते वेळी ।।

हा मुलगा अवतारी पुरुष होईल, सर्वांना गुरुस्थानी राहिल, असे भविष्य वर्तविण्यात आले. याचे नाव 'शालग्रामदेव' असे ठेवले तरी व्यावहारिक 'नरहरी' या नावाने सर्वजण त्याला ओळखू लागले. वय वाढत गेले तरी ॐकाराखेरीज कोणताच शब्द याला बोलता येत नसे. सात वर्षांपर्यत बाळाने दुसरा शब्द कधी उच्चारला नाही. बाळाने नाना चमत्कार करून दाखविले. लोखंडाला हात लावताच याने बावन्नकशी सोने करून दाखविले. या मुलाचा यथाविधि व्रतबंध करण्यात आला. गायत्री मंत्राची दीक्षा घेऊन कुमार मातेजवळ भिक्षेसाठी आला. या वेळी बाळाने ऋग्वेदातील मंत्राचा स्पष्ट उच्चार केला. 'अग्निमीळे पुरोहितम्।' या मंत्राचा उच्चार ऐकताच सर्वांना नवल वाटले. यजुर्वेद, सामवेद म्हणून बाळाने सगळ्या लोकांना चकित केले. हा कुमार अवतारी पुरूष असल्याची खात्री सर्वांना पटली. मातेजवळ बाळाने एक भिक्षा मागितली, ''**निरोप द्यावा आम्हां त्वरिता। निर्धार राहिला माझिया चित्ता ।। जाऊं तीर्थे आचरावया।**'' वेदाभ्यास करण्यासाठी सर्वत्र संचार करण्याचा बाळाचा

मानस पाहून मात्यापित्यांस दु:ख झाले. पुत्र रक्षक होईल या आशेवर जगलेल्या मातेची निराशा झाली. आईचे दु:ख ओळखून मुलाने तिला ब्रह्मज्ञान सांगितले. तिला आणखी चार पुत्र होतील असे आश्वासन दिले आणि पूर्वजन्माची स्मृती करून दिली.

'परम जाहली विस्मित।
श्रीपादवल्लभ जाणोनि।।'

या श्रीपादरूपी नरहरीला ओळखून मातेने बालकाचे चरण धरले.
मातेची समजूत काढताना हा म्हणाला,

''ऐक माते ज्ञानवंती। हा बोल करी हो गुप्ती।
संन्यासी आम्ही यति। अलिप्त असो संसारीं।।''

मातेने यावर चारी पुरूषार्थ क्रमाने या मुलाने आचरावेत म्हणून सांगून पाहिले. परंतु नरहरीने सांगितले, ''माते हा देह क्षणभंगुर असल्यामुळे तीन आश्रमांपर्यत थांबता येत नाही.'' शेवटी मातेला दोन पुत्र होईपर्यंत घरी थांबण्याचे ठरले. एक वर्षानंतर अंबाभवानीला दोन जुळे पुत्र झाले. त्यानंतर मात्र नरहरीने सर्वांचा निरोप घेतला. सात-आठ वर्षाच्या या तेजस्वी बालकाला निरोप देण्यासाठी अवघे करंजनगर वेशीवर लोटले. हा नरहरी म्हणजे 'श्रीपाद श्रीवल्लभ दत्तात्रेय'च असल्याची खात्री जनकजननीस पटली. 'त्रिमूर्तीचा अवतार। झाला नरहरी नर। निजरूपी कर्पूरगौर। पाहतां नमी चरणासी। जय जय जगदुरू। त्रिमूर्तीचा अवतारू। आमुचे पुण्य होते थोरू। म्हणोनि देखिले तुझे चरण। तू तारक विश्वासी। आम्हा उद्धरिले विशेषी। पुनर्दर्शन आम्हांसि। द्यावे म्हणोनि नमस्कार करिती।।' मातापित्यांनी त्याला आलिंगन दिले. काशीक्षेत्रात काही काळ हा विसावला. या ठिकाणी त्याने अनुष्ठान केले. अष्टांगयोगाचा अभ्यास वाढवून तपश्चर्या केली. याने कृष्णसरस्वतींकडून दीक्षा घेतली. श्रीरघुनाथाला जसा वसिष्ठ, श्रीकृष्णाला जसा सांदिपनी, तसा नरहरीला कृष्णसरस्वती गुरू झाला. या कृष्णसरस्वतींची गुरुपीठिकाही अत्यंत थोर होती. आदिपीठाचा शंकर हा पहिला गुरू. त्यानंतर विष्णू, नंतर ब्रह्मदेव. हे मूळ पीठ असून पुढे वसिष्ठ, शक्ती, पराशर, व्यास, शुक, गौडपादाचार्य, गोविंदाचार्य, शंकराचार्य, विश्वरूपाचार्य, ज्ञानबोधिगिरिय, सिंहगिरिय, ईश्वरतीर्थ, नृसिंहतीर्थ, विद्यातीर्थ, शिवतीर्थ, मळियानंद, देवतीर्थसरस्वती, सरस्वती देवेंद्र आणि यादवेंद्रसरस्वतींचे शिष्य कृष्णसरस्वती असून त्यांच्याकडून यांनी संन्यासदीक्षा स्वीकारली. नृसिंहसरस्वती असे नाव धारण केले. यानंतर यांचे नाव अवघ्या काशीत विख्यात झाले. बाळकृष्णसरस्वती, कृष्णसरस्वती, सिद्धसरस्वती, उपेंद्रसरस्वती, माधवसरस्वती, सदानंदसरस्वती इ. एकाहून एक श्रेष्ठ शिष्य यांना मिळाले. यानंतर ते

सुमारे तीस वर्षांनी दक्षिणेत पुन्हा आपल्या जन्मगावी करंज नगरात आले. आईवडील, चार भाऊ, एक बहीण यांची भेट घेतली. या भेटीने सर्वांना आनंद झाला हा वेषधारी यती म्हणजे श्री विष्णूचा अवतार असल्याची सर्वांना खात्री पटली. यानंतर ते त्र्यंबकेश्वराला आले. गोदावरीची तटाक यात्रा त्यांनी केली. मंजरिका या गावी माधवारण्य नावाच्या मुनीने यांना आपले सर्वस्व अर्पण केले. त्यांनी मुनींना आत्मबोध केला. वैजनाथ क्षेत्रात ते गुप्तरूपाने एक वर्षभर राहिले. त्यानंतर मिरजेच्या अलीकडील कृष्णातटावरील भिलवडी या गावी आले. चातुर्मास भिलवडीला घालवून ते कृष्णापंचगंगा नद्यांच्या संगमावरील अमरापूर या गावी आले. या गावी बारा वर्षे वास्तव्य केले. कृष्णेच्या पैलतीरावर हे गाव असून प्रत्यक्ष कल्पतरू असणारा औदुंबर वृक्ष येथे आहे. येथील देव अमरेश्वर असून तेथेच चौसष्ट योगिनींचा निवास आहे. बारा वर्षांच्या निवासस्थानाचे नाव पुढे नृसिंहवाडी अथवा नरसोबाची वाडी असे झाले.

– मुक्तेश्वर –

(इ. स. १६ वे व १७ वे शतक) संत एकनाथांचा हा नातू म्हणजे मुलीचा मुलगा. आपल्या आजोबांप्रमाणेच दत्ताचा उपासक होता. याच्या वडिलांचे नाव चिंतामणी, आईचे सासरचे नाव गोदावरी व माहेरचे गंगामाई होते. यांचा कुलदेव सोनारीचा भैरव असून कुलस्वामिनी कोल्हापूरची महालक्ष्मी होती. यांच्या कुळात दत्तात्रेयाची उपासना त्याच्या 'लिलाविश्वंभर' या अवताराची होती.

'ॐ नमोजी विश्वंभरू। तो देव दत्तात्रय जगद्गुरू।,
पुराण परमेश्वरा गुरूमुर्ती दातारा लीलाविश्वंभरा दत्तात्रेया।।'

असे त्यांनी म्हटले आहे. कोणी लीलाविश्वंभर म्हणजे त्यांचे गुरू मानतात. यांची महाभारताची आदी, सभा, वन, विराट, आणि सौप्तिक पर्वे; रामायण, गरुडगर्वपरिहार, हरिश्चंद्राख्यान, एकनाथचरित्र अशी काही वाङमयसंपदा उपलब्ध आहे. काही आरत्या, पदे त्यांच्या नावावर आहेत. भाषासौंदर्य, वर्णनशैली, निसर्गवर्णन इत्यादी बाबतीत यांचा हात धरणारा कवी प्राचीन काळात कुणी नाही.

यांना रामायण रचनेची स्फूर्ती नरसोबाच्या वाडीस झाली असावी.

'पवित्र सरिता कृष्णवेणी पंचगंगा संगमस्थानी।
नृसिंहसरस्वतींचे चरणीं । ग्रंथप्रसाद लाधला।।''

असे यांनी म्हटले आहे. तेरवाड येथे मुक्तेश्वराचे दत्तमंदिर असून तेथे त्यांच्या पूजेतील दत्तात्रेयाच्या पादुका आहेत.

'विश्वेश लीलाविश्वंभरू। दत्तात्रेय जगद्गुरु।
तत्प्रसादे मुक्तेश्वरू। निरोपी ते परिसावे।
चिन्मूर्ती लीलाविश्वंभरू। दत्तात्रेय जगद्गुरू।
त्याचेनि नामें मुक्तेश्वरू। कथा बोले भारती।।

अशा अनेक ठिकाणी उल्लेख आढळतात.

मुक्तेश्वर हे शिवाचे उपासक असल्यामुळे त्यांनी शिवरूप दत्ताची आराधना केलेली दिसते. 'का नाभिपादांत कमळासनु। मध्यकंठांत रमारमणु। स्कंधावरूता त्रिलोचनु। अंगत्रयी जो येकु।। अशी त्रिमूर्ति शिवाची म्हणजे दत्तात्रेयाची कल्पना केली आहे.

– तुका पांडुरंगदास –

(इ. स. चे १८ वे शतक) तुका पांडुरंगदास हे एक मराठी संतकवी. हे मूळचे सातारा जिल्ह्यातील खटाव तालुक्यातील अडगूण गावचे अथर्ववेदी ब्राह्मण. यांच्या वडिलांचे नाव भास्कर व आडनाव पुरंदरे होते. हे बालपणापासून देवाची व दत्ताची उपासना करीत असत. यांच्या भक्तिवेडामुळे वडिलांनी त्यांना घरातून हाकलून दिले. त्यानंतर ते खर्ड्याजवळ बेलेश्वर या ठिकाणी जाऊन राहिले. तिथे एकवीस दिवसांच्या अनुष्ठानानंतर त्यांना दत्तदर्शन घडले. यांचे गुरू पांडुरंग हे खर्ड्याजवळच्या मोहरी या गावच्या क्षीरसागर घराण्यातील होते.

वयाच्या अवघ्या बत्तिसाव्या वर्षी इ. स. १७५३ मध्ये बेलेश्वर इथे ते समाधिस्थ झाले. या ठिकाणी त्यांच्या समाधीशेजारी यांच्या उपासनेतील देवी आणि एकमुखी षड्भुज दत्त आहे. खर्ड्यास सरदार सुलतानजी निंबाळकर हे यांचे शिष्य. केवळ नामसादृश्यामुळे देहुकर तुकारामांच्या नावावर पडलेला गीतेचा अभंगात्मक अनुवाद यांनी केला आहे, असे काही संशोधकांचे मत आहे. या ग्रंथातील **'श्रीगुरू पांडुरंगा पायी। गुरूदास ठेवी डोई।।'** असा आपल्या गुरूंचा स्पष्ट उल्लेख अनेकदा केला आहे. या गीतानुवादातील एक अभंग-----

कामक्रोध भयाविण। तोच साधु पूर्ण जाण।
ध्याननिष्ठ मदाश्रित। त्यासिं आम्हीं म्हणों संत।।

बहुत ज्ञानतपें शुद्ध। जाणावा तो महाप्रसिद्ध।।
जे पावले स्वस्वरूपी। तुकया शरण त्या चिद्रूपी।।

यांनी गीतेच्या ७०० श्लोकांचा अनुवाद ७०० अभंगांत केला आहे. मुळातील आशय सुलभतेने स्पष्ट करण्यात त्यांनी आपले कौशल्य उत्तम प्रकारे प्रकट केले आहे.

– नारायण महाराज –

नारायणपूर येथील मंदिराचा जीर्णोद्धार करून दत्तोपासना चालविणारे सत्पुरूष नारायण महाराज. यांनी आपले जीवन जनता –जनार्दनासाठी समर्पण केले आहे. सामान्य लोकांच्या सामान्य भावना लक्षात घेऊन सामान्यांना समजेल अशा भाषेत यांनी अखंड प्रबोधन केले. नारायणपूरला (सासवड – पुण्याजवळ) गुरुवार आणि पौर्णिमेला हजारो भाविक लोकांचा मेळावा यांच्या प्रेरणेने भरतो. त्या वेळी पाचशे–सहाशेपेक्षा जास्त साधक अनुयायी नित्यनेमाने हजर असतात. त्यांच्या प्रवचनांची संहिता ग्रंथरूपाने प्रसिद्ध होते. या प्रवचनांतून जन्मरण, आत्मसंशोधन, सद्गुणसंवर्धन, स्वरूपदर्शन आणि समाजपरिवर्तन अशा जीवनव्यापी प्रश्नांबाबत प्रेरणा मार्गदर्शन होते. साररूपाने जीवनधर्माचे संस्करण हाच या प्रबोधनांचा हेतू.

– नारायण स्वामी –

(समाधी सन १८०५) पूर्वाश्रमात विसापूर ग्रामनिवासी गार्ग्यगोत्री ऋग्वेदी देशस्थ ब्राह्मण, उपनाव जोशी. पूर्ववयात विद्या व सदाचारसंपन्न असल्याने त्या प्रांतात ते विद्वत्मान्य होते. श्रीकृष्ण पंचगंगेच्या संगमावरील श्री क्षेत्र नरसोबाच्या वाडीत राहून त्यांनी श्रीदत्ताची उपासना केली.

'ईश्वरप्रणिधानाद्वा।' या भगवान् पंतजलींच्या वचनाला सत्य करण्यासाठी भगवान दत्तात्रेयाने यांच्यावर अनुग्रह केला व त्यांना समाधीसिद्धी प्राप्त झाली.

नृसिंहसरस्वती यांनी त्यांना संन्यास देऊन दंड दिला व श्रीनारायण सरस्वती असे नाव ठेवले. हे शालिवाहन शके १७२७ चैत्र वद्य अमावस्येला नरसोबावाडीत समाधिस्थ झाले. परमेश्वराच्या सगुणरूपाची उपासना करून हल्लीच्या काळातही ईश्वरप्रसादाने उपासकाला ब्रह्मसाक्षात्कार होऊन तो जीवनमुक्त होतो हे सांगण्यासाठी श्रीवासुदेवानंदसरस्वती यांनी आपल्या युवशिक्षेच्या शेवटी यांचे संक्षिप्त चरित्र वर्णन केले आहे.

□□□

रामदासी संप्रदाय

(इ. स. १७ वे शतक) रामदासी संप्रदाय, दास संप्रदाय, महाराष्ट्र धर्म, राघवाचा धर्म, श्रीसंप्रदाय, समर्थ संप्रदाय इ. नावांनीही ओळखला जातो.

श्रीराम व हनुमंत उपास्य देवता असलेला रामसंप्रदाय समर्थ रामदासांनी स्थापन केला. समर्थांनी या संप्रदायाची उभारणी देश – काल – परिस्थितीनुरूप केली. आपले हे धर्मकार्य भविष्यकाळात शिष्यपरंपरेने चालत राहावे या दूरदृष्टीने समर्थांनी त्याची जडण – घडण केली. समर्थ रामदास श्रीरामाला समर्थ हे बिरुद लावत असत. रामदास हे समर्थांचे सेवक होते. या सेवेमुळेच रामदासांच्या अंगी समर्थ रामाच्या सामर्थ्याचा संचार झाला होता. रामाचा दासही त्याच्या कृपेने समर्थ होतो. हा रामदासांचा अनुभव.

रामदासी संप्रदायाची आखणी करताना रामदासांनी आपल्या पूर्वीच्या संतांची परंपरा कायम राखली. कर्म, भक्ती, ज्ञान यांविषयीचे समर्थांचे विचार भागवतधर्मी संतांप्रमाणेच आहेत. प्रपंच नेटका करीत परमार्थ साधावा यावर समर्थ रामदासांचा भर असे. प्रपंच – परमार्थ दोन्ही ठिकाणी सावधानता हवी.

समर्थांच्या रामदासी संप्रदायात पुरुष शिष्यांबरोबर स्त्री शिष्यांचा समावेश होता. समर्थांचा स्त्रीविषयक दृष्टिकोन हा उदात्त व भव्य होता.

– अक्काबाई –

(इ. स. १७-१८ वे शतक) अक्कास्वामी म्हणजे समर्थ रामदासस्वामींची एक प्रमुख शिष्या. कराडच्या रुद्राजीपंत देशपांडे यांची कन्या. अक्काबाई बालविधवा होत्या. वडिलांच्या परवानगीने त्यांनी रामदासांचा उपदेश घेऊन त्यांचे शिष्यत्व पत्करले होते. समर्थ रामदासांच्या महानिर्वाणानंतर चाळीस वर्षांनी कार्तिक शुद्ध प्रतिपदेला, सज्जनगडावर अक्काबाईंनी देह ठेवला. अक्काबाईंची समाधी राममंदिरापुढील भागात उत्तर दिशेला आहे. समर्थ सेवा मंडळाने या जागी सभागृह बांधले असून ती जागा अत्यंत रमणीय आहे. समर्थ सेवा मंडळाने या समाधि मंदिराचा जीर्णोद्धारही केलेला

आहे. समर्थशिष्या अक्काबाई व वेण्णाबाई यांची थोरवी तत्कालीन लोकगीतांतून गायलेली आहे.

आक्काबाई वेणूबाई । समर्थांच्या लागती पाई ।
देवरूपी केल्या ठाई । दूरवर त्यांची केवढी कीर्ती ।।

समर्थांच्या पश्चात समर्थ संस्थानाचा कारभार अत्यंत कुशलतेने अक्काबाईंनी चाळीस वर्षे सांभाळला. सज्जनगडावरील समर्थांची समाधी व देऊळ अक्काबाईंनीच बांधले.

– अंबाबाई –
(अंबिकाबाई)

समर्थ प्रतापकाराच्या सांगण्यावरून मूळच्या विजापूरच्या असून करवीर प्रांती मठाची स्थापना करून राहिलेल्या अंबाबाई समर्थ रामदासांच्या शिष्या होत्या. कोल्हापूर जिल्ह्यात 'राशिवडे' या ठिकाणी अंबाबाईंचा मठ आहे. अंबाबाईंनी काव्यरचना केली, पण आज ती काव्यरचना फारशी उपलब्ध नाही. अंबाबाईंचे एक पद सारस्वतकारांनी दिले आहे.

मी सद्गुरु घरची सेरी शोभत्ये बरी ।।धृ. ।।
बाई मज गोल्हाटी गे राहणें । तेथुनी श्रीहरी मज पाहणे ।।
त्रिकुट शिखरी येऊनि जाणें । बोलते बरी ।। १ ।।
बाई मी त्रिगुणीं खेळ खेळत्यें । चतुर्थ गुणी मी साक्षी होत्यें ।।
सदा मी येत्यें जात्यें । भय न अंतरीं ।। २ ।।
स्थूळ सूक्ष्म कारण । चौथा देह महाकारण ।
स्थाने क्रीडा याची जाण । माजी हे बरी ।। ३ ।।
आतां मी सर्वांसि ग्रासुनि । मोहनींत क्रीडते अनुदिनी ।
नि:शंक वर्तते अनुदिनी । पाहा च्यातुरी ।। ४ ।।

या काव्यावरून अध्यात्मशास्त्राचा तिचा अधिकार थोर असल्याचे जाणवते. तिचा पारमार्थिक अधिकार मोठा असल्याची साक्ष तिच्या अध्यात्म अनुभवांवरून येते.

– वेण्णाबाई –

समर्थ रामदासांच्या स्त्री शिष्यांपैकी एक महत्त्वाची शिष्या. यांना समर्थकन्या असं म्हणतात. वेण्णाबाईंचा जन्म –शक निश्चित सांगता येत नाही. श्री शं. श्री. देव यांच्या मते शके १५४९ मध्ये वेण्णाबाईंचा जन्म झाला. कोल्हापूर येथील देशपांडे यांच्या भक्तिमार्गी कुटुंबात वेण्णाबाईंचा जन्म झाला. बालवयात तिचा विवाह झाला. आणि त्या मिरजेला आल्या. दुर्दैवाने १०–११ वर्षांच्या असताना वैधव्य आलं. संकटापासून लांब जाण्यासाठी व आयुष्याचा अर्थ समजण्यासाठी 'एकनाथी भागवत' वेण्णाबाईंच्या हाती आलं आणि त्यात त्यांचं मन रमू लागलं. एक दिवस तुळशीवृंदाजवळ बसून 'भागवत' वाचत असताना समर्थ रामदास भिक्षेच्या निमित्ताने त्यांच्या घरी आले.

समर्थदर्शनाने वेण्णाबाई झपाटल्या गेल्या. त्या तेजाने त्यांचे डोळे दिपून गेले. त्या तेजाची त्यांना ओढ वाटू लागली. समर्थांच्या परतच्या भेटीत त्यांचा संवाद झाला. 'भागवत' वाचण्याचं वेण्णाबाईंचं वय नव्हतं. त्यामुळे त्याचा अर्थ न समजल्यामुळे मनात खूप शंका होत्या. त्यांच्या साऱ्या शंकांचं निरसन करून समर्थ गेले.

पाई पादुका हातात तुंबा। भर्जरी भगवी फाकली प्रभा।
कटबंद, कौपीन, माळ, सूत्र शोभा। न वानवे मूर्ति साजिरी।।

समर्थदर्शनाने झालेली मनाची अवस्था सांगताना, त्या म्हणतात –

'देह माझा मन माझें। सर्व नेलें गुरुराजें।'

गुरुभक्ती, काव्यशक्ती व विवेक हे तीन वेण्णाबाईंचे खास विशेष होते. कोल्हापुरी समर्थ रामदासांची कीर्तने ऐकण्याचं भाग्य त्यांना लाभलं आणि त्यांचं आयुष्य बदललं. समर्थांकडून त्यांना राममंत्रोपदेश मिळाला. वेण्णाबाईंची पारमार्थिक वृत्ती न समजल्यामुळे त्यांना समाजनिंदेला तोंड द्यावं लागलं. पण समर्थांवरील श्रद्धेमुळे त्या टीकेकडे पाठ फिरवू शकल्या. **'रामनामेविण मज कंठेना'** हा भाव असल्यामुळे त्यांची प्रतिकारशक्ती वाढली. त्या म्हणतात –

कोणी वंदिती कोणी निंदिती। वाट मी त्यांची पाहीना।।
हृदयी धरिले सद्गुरुचरण। प्राणांतींही विसंबेना।।
वेणींचे निजधन रामचि जीवन। होणार ते का सुखें होईना।।
तुझी तुझी तुझी पावना रामा।।

समर्थ दर्शनाचा व रामनाममंत्राचा छंद जडलेल्या वेण्णाबाईंवर जननिंदेला घाबरून आई-वडिलांनी विषप्रयोग केला.

कऱ्हाड प्रांती विष महादारुण। पोटी प्रवेशता मोहरीप्रमाण।
पाणी न मागता जाय प्राण। ठाऊक असे बहुतेका।।

जहाल विष पोटात गेल्यामुळे सर्वांगाचा दाह झाला. संकटप्रसंगी समर्थांचा धावा केल्यामुळे समर्थ रामदास तात्काळ प्रकट झाले, विष उतरविले. वेण्णाबाईंची जीवघेण्या संकटातून सुटका झाली. वेण्णाबाईंसाठी विषप्रयोगाचे संकट, संकट न ठरता वरदान ठरले. त्यांनी घरादाराचा, आप्तेष्टांचा त्याग केला आणि समर्थांना अनुसरले. मुळात गौरवर्ण असलेल्या वेण्णाबाई विषप्रयोगामुळे सावळ्या झाल्या. जणू काही रामरायाने त्यांच्या अंगावर सुरक्षिततेचे नील कवच घातले. समर्थ वेण्णाबाईंना म्हणतात-

फिरावे लागते अरण्यात। सोसावे लागते उष्णशीत।
नाजुकपणाचे हे नव्हे कृत्य। नीळ कवच घातले श्रीरामें ।।

वेण्णाबाई म्हणजे समर्थांची पट्टशिष्या. गिरिधरस्वामींनी 'वेण्णाबाई मुख्य संस्थान' असा उल्लेख केला आहे. समर्थांनी आपल्या या पट्टशिष्येला उभं राहून कीर्तन करण्याचा अधिकार दिला होता. वेण्णाबाई सोडून अन्य कुणालाही हा अधिकार नव्हता. समर्थांचे आपल्या या शिष्येवर अपत्यवत् प्रेम होते.

'मनींची जीवींची गोष्टी यथार्थ। भक्तिवेणीसी सांगती समर्थ।
कां जे श्रीराम उपासकांपांसी गुह्यार्थ। आत्माराम निरोपिती।।

वेण्णाबाईंचा पारमार्थिक अधिकार मोठा होता. समर्थांकडे दर्शनाला आल्यावर काही विषयांची चर्चा सुरू झाली, तर वेण्णाबाई या चर्चेत समाधानी उत्तरे देत असत. 'समर्थप्रतापा'त वेण्णाबाईंसंबंधी अनेक गोष्टी आहेत.

समर्थ परळीच्या किल्ल्यावर असताना समर्थांच्या भोजनाची व्यवस्था वेण्णाबाईंकडे होती. समर्थांचे ताट वाढून खोलीत नेऊन ठेवले की नंतर एकांती बसून भोजन करण्याची समर्थांची शिस्त होती. एकदा वेण्णाबाईंनी स्वयंपाक झाल्यावर ताट खोलीत नेऊन ठेवले. स्वयंपाकघरात परत आल्यावर एक पदार्थ वाढायचा राहिल्याची आठवण झाल्यामुळे त्यांनी समर्थांच्या भोजनखोलीचे दार उघडले. समर्थ विशाल मारुतीसह भोजन करत असल्याचे वेण्णाबाईंनी पाहिले आणि त्या मूर्च्छित झाल्या. समर्थांच्या भोजनसमयी कुणीही आत येऊ नये असा दंडक होता, तरी वेण्णाबाई आत जाणार होत्या म्हणून त्यांना ही शिक्षा मिळाली. समर्थ नियमांचे पालन करणारे होते

म्हणून मूर्च्छित झालेल्या वेण्णाबाईंकडे त्यांनी लक्ष दिले नाही. पण अक्काबाईंच्या विनंतीला मान देऊन समर्थांनी वेण्णाबाईंना सावध केले.

चैत्र वद्य १४ शके १६०० (इ.स. १६७८) मध्ये वेण्णाबाई सज्जनगडावर समाधिस्थ झाल्या. मंदिराच्या बाहेर वायव्येकडील ओवरीत वेण्णाबाईंची समाधी आहे.

वेण्णाबाईसीं समर्थसदनीं वास करणें।
समर्थसदनीं देवार्चन देवार्चनीं पूजणें।।
समर्थसदनीं करावें प्रसाद पारणें।
कथाकीर्तनें करावीं समर्थसदनीं।।
समर्थचरणी भक्तिवेणी उत्पन्न।
समर्थचरणीं अंती ऊर्ध्वपंथीं लीन।।
अधिष्ठानीं पावली संस्थान।
चिताभूमीसी भक्तिचंपक निघाला।।

पूर्वी ज्या ठिकाणी चंपकवृक्ष होता त्या जागी आता तुलसीवृंदावन व पादुका आहेत. वेण्णाबाईंची निर्याणाची कथा आत्मारामबुवाकृत 'दासविश्रामधामा'त आहे.

वेण्णाबाईंना मोठेपणाची, प्रसिद्धीची हाव नव्हती. समर्थांच्या सहवासात नित्य राहण्याची त्यांची इच्छा होती. समर्थ आपल्या शिष्यांचा अधिकार जाणून महंतपणाची जबाबदारी त्यांच्याकडे सोपवत असत. वेण्णाबाईंनी एखाद्या मठात महंतीण म्हणून राहावे, तसा आपल्या या कन्येचा अधिकार आहे, अशी समर्थांची मनापासून इच्छा होती. श्रीगुरुचरणाजवळ समाधी घेण्याची वेण्णाबाईंची इच्छा समर्थ जाणून होते.

एकदा त्यांनी समर्थांजवळ आपली इच्छा व्यक्त केली. त्या म्हणाल्या, 'देहासकट वैकुंठाला जाऊन तेथील वर्तमान मी घेऊन येते.' या इच्छेवरून आपल्या कन्येचा मृत्यूकाळ जवळ आल्याचं समर्थांनी जाणलं.

समर्थ म्हणाले, 'बाई, वैकुंठी जाण्याची एवढी घाई कशाला ? तुझ्या हातचे जेवण फार गोड लागते. तुझ्या वैकुंठी गमनानंतर आम्हाला हे भोजनसौख्य कसं लाभणार ?'

हे ऐकून वेण्णाबाईंना दुःख झालं. आपला अपराध त्यांना समजला. समर्थ हेच खरं कैवल्यनिधान याची जाण वेण्णाबाईंना झाली खरी, पण त्यांची उदासीनता दिवसेंदिवस वाढत गेली. देहभाव संपून गेला. समर्थ वेण्णाबाईंची मानसिकता जाणून होते.

समर्थांनी एकदा आपल्या या कन्येला तिच्या 'सीतास्वयंवर' या ग्रंथावर कीर्तन करायला सांगितले. समर्थ आज्ञेनुसार त्या कीर्तनाला तयार झाल्या. कीर्तनाला श्रोत्यांची प्रचंड गर्दी लोटली. कीर्तन चालू असताना समर्थांनी शिष्यांना प्रेतदहनाची तयारी करायला सांगितली. तो कीर्तनाचा दिवस होता चैत्र वद्य १४ शके १६००.

वेण्णाबाईंचं कीर्तन संपलं, आरती झाली आणि त्या समर्थांपाशी गेल्या. आपली वीणा समर्थांच्या हाती देऊन त्यांनी समर्थचरणी मस्तक ठेवले आणि अखेरचा श्वास घेतला. समर्थांनी स्वत: प्रेतदहन केले. खरंच ही समर्थशिष्या परमपुण्यशील होती.

वेण्णाबाईंची ग्रंथसंपदा विपुल व श्रेष्ठ आहे. 'सीतास्वयंवर' या ओवीबद्ध ग्रंथाला विशेष लोकप्रियता लाभली. त्यांच्या पद्यात 'वेणी' आणि 'वेणीस्वामी' अशा दोन नाममुद्रा आल्या आहेत. वेणीचा स्वामी म्हणजे समर्थ रामदास. काही विद्वानांच्या मते वेणीस्वामी म्हणजे प्रत्यक्ष श्रीरामचंद्र.

– बयाबाई –

(इ. स. १७ वे शतक) रामदासी संप्रदायातील एक संत कवयित्री. यांना बयाबाई रामदासी असेही म्हणतात. लहानपणीच बयाबाईंवर रामकृपा होऊन त्यांना रामदर्शन झाले होते. बयाबाईंचे जन्मस्थान, माहेर, सासर इ. गोष्टींचे उल्लेख साहित्यात सापडत नाहीत. यांची काव्यरचना अल्पशी असून ती स्वतंत्र आहे. यांच्या काव्यरचनेवरून रामदासांच्या चरित्रावर काही प्रकाश पडतो असे श्री. राजवाडे यांचे मत आहे. बयाबाईंची गुरुभक्ती अति उत्कट होती. गुरूंना त्यांनी आई, बाप, नवरा, परमेश्वर, श्रीकृष्ण इ. नात्यांनी आळविले आहे.

या गुरुनं मज वेडचि लाविलें।
अहो मन हें तत्पदी तन्मय जालें।। धृ.।।
सावळी सुरत नयनांत बैसली। पाहतां पाहणें समूळचि गेलें।।
पश्चिमपंथ हे अवघड वाट। ब्रह्मगिरीच्या शिखरीं नेलें।।
सत्रावीजा पाजुनि पान्हा। नेउनिया निजीं निजविलें।।
रामदास गुरुराजकृपेनें। दास बया हे मीपण गेलें।।

मिरजेच्या वेण्णाबाईंच्या मठाचे अधिकार बयाबाईंकडे असावेत. बयाबाईंना ८४ वर्षांचे दीर्घ आयुष्य लाभले. बयाबाईंनी आपलं आयुष्य परमार्थात व्यतीत केलं.

बयाबाईंची हिंदी भाषेत काही रचना आहे.

क्या कहूं रे गुरुनाथ की बात में।।
मस्त गया है दिल मेरा रंग में।
लाल रंग में सफेद खुला है।।
कोई नहीं जाने आप भुला है।

जब सद्‌गुरु के पग लीन होना ।।
रामदास गुरु पथ की दासी ।।
दास बया विरे देस विदेसी ।।
जाओ सरवीरी जहा गुरु बैठा ।
जिसके दिल में येहि जग बैठा ।।

– उद्धवस्वामी –

(इ. स. १७ वे शतक) समर्थ रामदासांचा पहिला शिष्य होण्याचं भाग्य उद्धवांना मिळालं. टाकळी हे गाव नाशिक पंचवटीपासून जवळ आहे. या गावी असलेल्या गोदावरी – नंदिनी संगमात समर्थ रामदासांचं पुरश्चरण झालं. तीन वर्ष तपश्चर्या झाल्यानंतर वयाच्या १५ व्या वर्षी एक चमत्कार घडला. समर्थ रामदास संगमावर ब्रह्मयज्ञ करीत असता एक सुवासिनी समर्थांजवळ आली, तिने समर्थांना नमस्कार केला. समर्थांनी आशीर्वाद दिला. टाकळीजवळ असलेल्या दसकपंचक नावाच्या खेड्यात राहणारे गिरिधर कुलकर्णी यांची ती पत्नी होती. त्यांचे नाव अन्नपूर्णा. गिरिधरपंतांच्या मृत्यूनंतर अन्नपूर्णाबाई सहगमनाला निघाल्या होत्या. सती जाण्यापूर्वी बालतपस्वी पुरुषाला वंदन करण्यासाठी त्या समर्थांकडे आल्या. समर्थांचा आशीर्वाद ऐकून त्या समर्थांना म्हणाला, 'आपला आशीर्वाद या जन्मासाठी का पुढच्या जन्मासाठी?' समर्थांना वस्तुस्थिती समजल्यावर समर्थांनी गिरिधरपंतांचे शव जवळ आणावयास सांगितले. शवावर समर्थांनी रामस्मरणपूर्वक गंगोदकाचे सिंचन केलं आणि प्रेत जिवंत केलं. सर्व लोकांना आश्चर्य वाटलं. पतिपत्नी दोघांनी समर्थचरणी लोटांगण घातलं. रामदास त्यांना म्हणाले, "तुम्हाला दहा पुत्र होतील. त्यातला पहिला पुत्र आम्हाला द्यावा." समर्थांच्या आशीर्वादानुसार या दांपत्याला दहा पुत्र झाल्यामुळे त्यांना दशपुत्रे म्हणून संबोधले गेले. आजही दशपुत्रे यांचे घराणे नाशिकमध्ये नांदते आहे.

या दशपुत्र्यांचा पहिला मुलगा म्हणजे उद्धवस्वामी. जो समर्थांच्या अंगाखांद्यावर मांडीवर खेळला. उद्धवाची मुंज समर्थांच्या मांडीवर लागली. १३ कोटी जप पूर्ण करून समर्थ तीर्थाटनाला जायला निघाले. तेव्हा उद्धवाने समर्थांबरोबर येण्याचा हट्ट केला. समर्थांनी त्याचा हट्ट पुरा केला नाही पण उद्धवाला अनुग्रह दिला. त्याच्यासाठी स्वहस्ते गोमयाची मारुतीची मूर्ती तयार केली. त्या मूर्तीची प्राणप्रतिष्ठा करून मारुतीची उपासना करायची आज्ञा केली. टाकळीचा मारुती हा समर्थांनी स्थापन केलेला पहिला मारुती आणि उद्धव हा समर्थांचा पहिला शिष्य.

इ. स. १६४४ मध्ये समर्थ तीर्थाटन करून कृष्णातीरी परत आले. आल्यानंतर त्यांनी उद्धवांना बोलावून घेतले. तेव्हापासून ते समर्थांच्या समाधीपर्यंत उद्धव समर्थांबरोबरच होते. उद्धवस्वामींचा मुख्य मठ इंदूरबोधन (आंध्रप्रदेश) इथे आहे. टाकळी व इंदूरबोधन या दोन्ही मठांच्या अधिपतींची परंपरा ब्रह्मचाऱ्यांची आहे. उद्धवस्वामींची दुर्लक्षित समाधी टाकळीला आहे. नित्यपूजेसाठी त्यांची एक समाधी इंदूरबोधन येथे बांधली आहे.

उद्धवस्वामींनी समर्थचरित्र लिहिल्याचे उल्लेख आहेत. पण ते चरित्र उपलब्ध नाही. समर्थांच्या महानिर्वाणानंतरचे त्यांचे काव्य असे आहे –

योगी सर्वस्वें मोकळा। पाहता त्याची अकळ कळा।
पाहता दुनियाहूनि निराळा। सर्वस्वेंसी।।
धन्य धन्य महापुरुष। तेचि ईश्वराचे अंश।
शुकासारिखे उदास। म्हणती त्यांसी।।
शिवरामाला तारिले। जन्मापासुनि मुक्त केलें।
भक्तलोक मुक्त केले। रामराजे।।

समर्थांचा पहिला शिष्य म्हणून रामदासी संप्रदायात उद्धवस्वामींना महत्त्वाचे स्थान आहे.

– कल्याणस्वामी –

(इ. स. १६१८ ते १७१४) कल्याणस्वामी म्हणजे समर्थ रामदासांचा पट्टशिष्य. 'दासबोध' या ग्रंथाचा लेखक आणि डोमगाव मठाचा अधिपती. डोमगाव मठ धाराशिव (उस्मानाबाद) जिल्ह्यात परांड्यापासून सुमारे ८ कि.मी. अंतरावर सीना नदीच्या काठी आहे.कृष्णाजी हे कल्याणस्वामींचे वडील आणि रखुमाई ही आई. वडिलांचे गाव भोगूर. पहिल्या पत्नीचे निधन लवकर झाल्यामुळे त्यांना वैराग्य प्राप्त झाले. वैराग्यानंतर ते तीर्थाटनाला निघाले. प्रवासात त्यांचा मुक्काम कोल्हापूरच्या मंदिरात झाला. तेव्हा त्यांची भेट सुभेदार बरवाजीपंत यांच्याशी झाली. त्यांनी आपली बहीण कृष्णाजीपंतांना दिली. या दांपत्याला पुढे अंबाजी, दत्तात्रेय असे दोन पुत्र झाले व एक कन्या झाली. पुढे अंबाजी हा कल्याण म्हणून ओळखला जाऊ लागला. कल्याणचा जन्म इ. स. १६१८ मध्ये झाला.

कृष्णाजीपंत तीर्थाटनाला गेले ते परत न आल्यामुळे त्यांच्या मुलांचा सांभाळ बरवाजीपंतांनी केला. अंबाजी म्हणजेच कल्याणचे हस्ताक्षर अति सुंदर होते. समर्थांनी

याला बरवाजीपंतांकडून मागून घेतले. त्यामुळे कल्याण रामदासी संप्रदायात सामील झाले. समर्थांनी त्यांच्या अंगचे गुण पाहून त्याला आपल्या संप्रदायात घेतले हे नक्की. एकदा मसूरला रामनवमीचा उत्सव चालू असताना मिरवणुकीसाठी रस्त्यावर आड येणाऱ्या मोठ्या फांद्या तोडण्याचे काम चालू असता, कल्याण विहिरीत पडला. संध्याकाळी समर्थांनी याला हाक मारून "अंबादासा, आहेस तिथे कल्याणरूप आहेस ना?" असं विचारलं. त्यावेळी "होय महाराज. आपल्या कृपेने कल्याणरूपच आहे." असं सांगितलं. समर्थांनी त्याला विहिरीतून बाहेर काढले आणि अंबाजीचं नाव 'कल्याण' ठेवलं. कल्याण म्हणजे समर्थांचा आवडता पट्टशिष्य. गुरुभक्ती हा कल्याणाचा खास विशेष.

समर्थांच्या गाथाचरित्रात कल्याणस्वामींच्या नावावर अनेक कथा आहेत. कल्याणस्वामींचे सामर्थ्य अलौकिक होते. चाफळच्या उत्सवात यांनी माजलेल्या हत्तीला वठणीवर आणले. समर्थांची छाटी वाऱ्यावर उडाली त्यावेळी कड्यावरून उडी मारून त्यांनी ती सज्जनगडावर परत आणली. एकदा समर्थांनी ब्रह्मपिशाच्चाचे सोंग घेतले, तेव्हा सारे शिष्य पळाले. पण कल्याणस्वामी निर्भयपणे समर्थांच्या चरणी शरण गेले. हातातली तलवार फेकून समर्थांनी याला पोटाशी धरले. समर्थांसाठी विड्याची पाने आणायला कल्याण मध्यरात्रीही गेले. सर्पदंश झाला असता कल्याणस्वामींनी गुरुसेवेला महत्त्व दिले. चाफळला चोरी करणाऱ्या चोरांना त्यांनी वठणीवर आणले. कोयना नदीतून यांनीच समर्थांना भोवऱ्यातून सुखरूप बाहेर काढले.

समर्थांनी सांगितलेला संपूर्ण 'दासबोध' कल्याणस्वामींनी लिहून घेतला. यांच्या हस्ताक्षरातील 'दासबोध' धुळ्याच्या सत्कार्योत्तेजक राभेने प्रसिद्ध केला आहे. इ. स. १६७८ मध्ये समर्थांनी कल्याणस्वामींची डोमगावच्या मठाचे अधिपती म्हणून नेमणूक केली.

समर्थांनी देह ठेवल्यानंतर समर्थांच्या अस्थी चाफळ येथे वृंदावनी ठेवल्या होत्या. समर्थांनी देह ठेवला तेव्हा कल्याणस्वामी डोमगावला होते. समर्थांच्या अस्थी आपल्या आज्ञेशिवाय काढू नयेत असा आदेश कल्याणस्वामींनी केशवस्वामींना दिला होता. ३३ वर्षे वाट पाहून अखेरीस केशवस्वामींनी समर्थांच्या अस्थी काढल्या. तो दिवस होता आषाढ शुद्ध १३ शके १६३६ (इ.स. १७१४) आश्चर्याची गोष्ट अशी की त्याच दिवशी डोमगावच्या मठात कल्याणस्वामींनी देह ठेवला. केशवस्वामींनी गुरु – शिष्यांच्या अस्थी एकाच वेळी काशीला विसर्जित केल्या.

कल्याणस्वामींच्या आयुष्यातील आणखी एका अलौकिक घटना आहे. समर्थांच्या निर्वाणासमयी कल्याणस्वामींना बोलावून घ्यायचे का असे शिष्यांनी विचारले

असता समर्थ नाही म्हणाले. आपले महानिर्वाण कल्याणाला बघवणार नाही याची समर्थांना खात्री होती. समर्थांच्या महानिर्वाणानंतर कल्याणस्वामी काही दिवसांनी गडावर आले. समाधीला मिठी मारून कल्याणस्वामींनी टाहो फोडला. त्यावेळी समाधीतून बाहेर येऊन समर्थांनी आपल्या शिष्याला दर्शन दिले. समाधीला जी चीर पडली आहे, ती याचीच साक्ष म्हणून आजही दाखवितात. इ. स. १७१४ मध्ये कल्याणस्वामींनी देह ठेवला. त्यावेळी ते ९६ वर्षांचे होते.

'समर्थें बोलावे, येणें लिहावें' असे भाग्य कल्याणस्वामींना लाभले. समर्थशिष्य अनंत कवी म्हणतात – 'स्वामींचा कवितासमुद्र अवघा कल्याण लिहितसे' 'दासबोधा'च्या आरतीत कल्याणस्वामींनी स्वत:चा उल्लेख 'लेखक' म्हणून केला आहे. समर्थांच्या काव्याचा प्रभाव कल्याणस्वामींवर होता. कल्याणस्वामींची एकूण पदरचना दीड हजारांच्या वर आहे. त्यांचा पारमार्थिक अधिकार सांगणारा 'सोलीव सुख' हा ग्रंथ प्रसिद्ध आहे. 'महावाक्यपंचीकरण', 'शुकाख्यान', 'ध्रुवाख्यान', 'संतमाळा', 'श्रीरामदास', विविध आरत्या, पदे, भूपाळ्या, स्तोत्रे, चौचरणी ओव्या, सवाया इ. विविध प्रकारची त्यांची रचना आहे.

त्यांची गुरुभक्ती त्यांच्या पदांत व्यक्त झाली आहे.

अपराधाच्या कोटी। हेंचि माझी खोटी।
फेरे फिरलों जन्मकोटी। नीच अविवेकी हीण कोटी।।
शरण आलों श्रीगुरुरायां। हा भवनिधी उतराया।
दावीं आपुल्या पाया। हे काया निववाया।।
विधिहरसुरवर ध्याती। नारद तुंबर गाती।
संतवृंदें गर्जताती। धन्य सद्गुरुमूर्ति।।
न लगे द्रव्यदारा। मज न लगे हा पसारा।
मायिक लटिका सारा। घेऊं नेदी उपसारा।।
बोधमूर्ति अंगीकारी। दास कल्याण हा पुकारी।
नाना परी मी विकारी। परी तुझाचि टेहलकारी।।

रामदासी संप्रदायात कल्याणस्वामींचे नाव वंदनीय आहे.

– केशवस्वामी –

श्रीरामदास पंचायतनापैकी एक साधू पुरुष आणि रसाळ कवी म्हणून केशवस्वामी प्रसिद्ध आहेत. केशवस्वामी मूळचे भागानगरचे म्हणजे हैद्राबादचे. यांच्या वडिलांचे

नाव आत्माराम आणि आईचे नाव गंगाबाई. या दोघांना अत्यंत उतारवयात हा मुलगा झाला. जात्याच हा मुलगा अति बुद्धिमान होता. याने गृहस्थाश्रम यथासांग पार पाडला. काशिराज महाराजांचा उपदेश घेऊन परमार्थातही प्रगती केली. भागानगरमध्ये तानाशा नावाचा गर्भश्रीमंत पुरुष होता. त्याचा कारभारी म्हणून याने काही वर्षे काम केले. केशवस्वामी हे उत्तम कवी होते. शिवाय त्यांची नि:स्पृहता, विरक्ती कौतुकास्पद होती. शिवराम, संतराज, गुंडा हे त्यांचे शिष्य ख्यातनाम असून त्यांनीही काव्यनिर्मिती केली.

केशवस्वामींना समर्थांविषयी आत्यंतिक आदर होता. त्यांचे समर्थस्तुतिपर लिहिलेले काव्य प्रसिद्ध आहे.

रामदास माउली अनाथाची। रामदास .....।। धृ.।।
सच्चित्सुखघन वरद प्रतापी। शांतीची साउली।।
अनन्य जे नर शरण रिघाले। तयालागी पावली।।
केशविं केशव निजसुख भोगी। आठवितांचि धांवली।।

समर्थ रामदासांनाही केशवस्वामींबद्दल प्रेम होते. समाजमनाला केशवस्वामींनी आपल्या काव्यातून उपदेश केला. सामान्य माणसाची नजर केवळ पैशावरच असते. माणसं धनवंताच्या पुढे पुढे करतात. पोटासाठी नीच माणसांना वंदन करतात. भवसागरात बुडतात पण आत्मसुटका करण्याच्या बाबतीत उदासीन असतात.

मनुष्यजन्मा तरिच यावें रे।
आपण तरावें जग उद्धरावें।।
धन्य धन्य ऐसें म्हणवावें रे ।।धृ.।।
सर्वंभूती भावें अनन्य भजावे।
गोपाळाचे स्वरूपीं रमावें।
कामासी गाळावें क्रोधा नातळावें।
देहींच विदेही सुख घ्यावें रे।।

आत्महितासाठी व जगदुद्धारासाठी माणसाने जागे व्हावे. हा उपदेश करताना केशवस्वामी म्हणतात –

'जागा रे तुम्ही जागा रे। निजात्मभुवनीं वागा रे।।'
'रामनामाची गुढी उभारावी। शांति क्षमा दया वाढवावी।।'
भक्ति विरक्ति जगीं रूढवावी। कामसमुच्चय बुडवावा।।

भक्तिमार्गातील नामस्मरणाचे महत्त्व केशवस्वामी समाजमनाला सांगतात. नामामुळे अनंतजन तरून जातात. **'म्हणा श्रीराम जयराम। भवसागरतारक नाम।'**

नामामुळे अहंकार नष्ट होतो. सुख – शांती – समाधानाची प्राप्ती होते. नामस्मरणाने भक्ती दृढावते. शुद्ध भक्तीचं कौतुक करताना ते म्हणतात –

भक्तिवाचुनि जें कां ज्ञान। शुद्ध सोलिव ते अज्ञान।।
भक्तिपासुनि भुक्तिमुक्ति। भक्तिपाशीं वोळगे शांति।।
भक्तिपाशीं सर्वही सिद्धी। भक्तिपाशीं सहजसमाधि।।
म्हणे केशव भक्ति साधा। मग नाहीं भवदुःखबाधा।।

भक्तीमुळे **'ज्या देवांलागी धांवसी दुरी। तो देव आहे तुजभीतरीं।'** असा अनुभव येतो.

निजात्मबोधाने आत्मस्थितीचा अनुभव घेऊन आपण तो जगाला वाटावा यातून लोकोद्धार होतो, हा केशवस्वामींचा उपदेश आहे. परमार्थाच्या वाटचालीसाठी माणसाला भक्तीचे वेड लागावे लागते. **'वेडियांच्या गावा गेलों। आम्ही वेडे होऊनि आलों।'** असे केशवस्वामी सांगतात.

जितुकें भासें तितुकें ब्रह्म। हेंचि परमार्थाचें वर्म।
केशव म्हणे प्रपंच पूर्ण। भासे आत्माची संपूर्ण।।

– वडगावकर जयरामस्वामी –

श्रीरामदासपंचायतनापैकी एक साधू पुरुष आणि विद्‌वान ग्रंथकार म्हणून जयरामस्वामी प्रसिद्ध आहेत.

नगर जिल्ह्यात कात्राबाद मांडवगण येथे भिकाजीपंत देशपांडे नावाचे धार्मिक गृहस्थ राहत होते. त्यांच्या पत्नीचे नाव कृष्णाबाई. भिकाजीपंत – कृष्णाबाई या उभयतांच्या पोटी जयरामस्वामींचा जन्म इ. स. १५९९ च्या गोकुळ अष्टमीला झाला. यांचे संपूर्ण नाव जयराम भिकाजीपंत कसरे. ईश्वरी प्रसादामुळे जयरामस्वामींना उत्तम रूप, पाणीदार डोळे, गौरवर्ण लाभला होता.

जयरामस्वामी पाच वर्षांचे असताना वडिलांचे, तर दहा वर्षांचे असताना आईचे निधन झाले. आई – वडिलांच्या निधनामुळे त्यांना वैराग्य प्राप्त झालं. घरादाराचा त्यांनी त्याग केला. निरनिराळ्या तीर्थक्षेत्रीं जाऊन तपश्चर्या व अनुष्ठान केलं. जोगाई, अंबा, नाशिक – पंचवटी, पंढरपूर इ. ठिकाणीं त्यांनी उपासना केली. ज्ञान – भक्तीचं महत्त्व यांना समजलं. पूर्व पुण्याईमुळे वयाच्या १६ व्या वर्षी त्यांना गुरुकृपेचा प्रसाद मिळाला.

सातारा जिल्ह्यातील वडगाव येथील सत्पुरुष कृष्णाप्पास्वामी कुलकर्णी यांचा गुरुपदेश जयरामस्वामींना मिळाला. कृष्णाप्पास्वामींचे गुरु शांतलिंगप्पा हे लिंगायत होते. गुरूकडून कृष्णास्वामींना कृष्णोपासना मिळाली. गुरूनी त्यांना लोकोद्धार करण्याची आज्ञा दिली. कृष्णाप्पांचा शिष्य परिवार खूप मोठा आहे. कृष्णप्पांची गुरुकृपा लाभण्यापूर्वी जयरामस्वामी पंढरपूर क्षेत्री उपासना करत होते. नंतर वडगावच्या मठात राहून त्यांनी गुरुकृपा प्राप्त करून घेतली आणि याच मठात ग्रंथनिर्मिती केली. जयरामस्वामींची ग्रंथसंपदा लक्षणीय आहे.

दशमस्कंध टीका (ओवी संख्या ९९५९), रूक्मिणी स्वयंवर (ओवी संख्या ४०००), सीतास्वयंवर, अपरोक्षानुभव (ओवी संख्या १७८०). याखेरीज 'शांतिप्रकरण' 'ज्ञानीभक्त संवाद' यासारखी लहान प्रकरणे, पदे, अभंग इ. रचना आहे.

जयरामस्वामींनी ज्ञानयुक्त भक्तीला महत्त्व दिले.

'ज्ञानहीन भक्त तो आंधळा। भक्तिहीन ज्ञानी तो पांगळा।।'

ज्ञानयुक्त भक्ती म्हणजे अभेदभक्ती त्यांना श्रेष्ठ वाटते. स्वकर्माला भक्तीने शुद्धता येते, तर ज्ञानाने पूर्णता येते. ज्ञानाने विचार व भक्तीने आचार शुद्ध होतो.

'भजनीं निष्ठा तेंचि ज्ञान। ज्ञाननिष्ठा तेंचि भजन।।'

हा त्यांचा विचार अमोलिक आहे. ते म्हणतात –

दों हातीं येक टाळी। दों पायीं येक चाली।।
दों वोठीं येक बोली। प्राप्तीं संचली ज्ञानभक्तीनें ।।
ऐसें हें गा अभेदभजन। भज्य भजत्या नाहीं भिन्नपण।।
तों ब्रह्मविद् आनंदघन। दुजें जाण नसे तयां।।

जयरामस्वामींची सांप्रदायिक कामगिरीही परंपरेचा गौरव आणि परमार्थाची थोरवी वाढविणारी आहे. समाजात कृष्णोपासना वाढावी यासाठी त्यांनी अविरत प्रयत्न केले. गोकुळ अष्टमीचा पंधरा दिवसांचा उत्सव सुरू केला. गोपाळकाला, ललित, दही हंडी, प्रवचने, कीर्तने यांची परंपरा त्यांनी समाजात रुजविली. त्यांना ७४ वर्षांचे दीर्घ आयुष्य मिळाले. भाद्रपद वद्य एकादशी, इ. स. १६७३ मध्ये त्यांनी देह ठेवला.

□□□

गाणपत्य संप्रदाय

भारतातील प्राचीन व प्रधान पाच संप्रदायांपैकी एक संप्रदाय म्हणजे गाणपत्य संप्रदाय. सनातन वैदिक हिंदू धर्माच्या उपास्य देवतांमध्ये गणपतीचे स्थान अनन्यसाधारण आहे. गणपती म्हणजे शब्दब्रह्म. ॐ काराचे प्रतीक आहे. ॐ काराचे व्यक्तरूप म्हणजे गणपती होय. गणपतीचे रूप स्वयंभू आहे. नादब्रह्म ॐ काराचे सगुण रूप असलेला गणपती हा वैदिक देव आहे. गणेशदेव सुखकर्ता, दु:खहर्ता, विघ्नहर्ता, विद्यादाता, वैभवदाता आहे. श्रीगणेशाचे सर्वव्यापक, सर्वसमावेशी, सर्वस्पर्शी रूप पाहिल्यावर मनाला विशेष प्रसन्नता लाभते. मनाला अपूर्व आनंद मिळतो, बुद्धी तृप्त होते.

सर्व विद्या-कलांचे अधिष्ठान म्हणून गणपतीचे हिंदू धर्मातील स्थान अनन्यसाधारण आहे. गणपती हाच ज्यांचा मुख्य उपास्य देव आहे, गणपतीच्या निर्गुण व सगुण अशा विविधरूपाची उपासना ज्या संप्रदायामध्ये केली जाते तो गाणपत्य संप्रदाय होय. शिव वा विष्णूप्रमाणे गणपतीची उपासना आसेतुहिमाचल केली जाते. गणपती हाच परमात्मा असून त्यानेच हे सर्व ब्रह्मांड निर्माण केले आहे अशी **गाणपत्य** सांप्रदायिकांची श्रद्धा आहे.

गाणपत्य संप्रदायाचा उदय इ. स. ५ व्या शतकानंतर आणि ९ व्या शतकापूर्वी केव्हा तरी झाला असे डॉ. भांडारकर म्हणतात. इतिहासाचार्य राजवाडे यांच्या मते गणपतीचा काल २३०० पासून २५०० वर्षांइतका प्राचीन आहे. महाभारतात गणपतीचा विशेष उल्लेख आहे. महाभारताचा लेखक गणपती आहे. इ.स. च्या ८ व्या व ९ व्या शतकातील शिलालेखात गणेशाचे व गाणपत्यांचे उल्लेख आढळतात. गाणपत्य संप्रदायाची गणपती ही देवता वैदिक आहे. गजानन ऋग्वेद कालखंडापासून हिंदुस्थानात शिरोधार्य आहे. ऋग्वेदाच्या आठव्या मंडलामध्ये गणेशाचे स्तवन आहे. रामायणात 'गणेश' असा उल्लेख आहे. वाल्मीकी ऋषींनी ॐ काराचे स्तवन गायले आहे. पुराणांनी गणेशाचे उदंड कौतुक गायलेले आहे. गाणपत्य संप्रदायाला शिरोधार्य असे केवळ गणेश दैवताविषयी सांगितलेले स्वतंत्र मोठे पुराण आहे.

गणपती हाच साक्षात परमात्मा असून, त्याच्यापासून सकल देवही निर्माण झाले. तो अजर, अमर, निर्गुण, निराकार, अनाद्यनंत असा देवाधिदेव आहे, असे गाणपत्य तत्त्व आहे. गाणपत्य संप्रदायात गणपती ॐकारस्वरूप मानून त्याची उपासना केली जाते.

– गोसावीनंदन –

महाराष्ट्रात जे थोर गणपतिउपासक होऊन गेले त्यांत गोसावीनंदन यांचे स्थान उच्च आहे. गोसावीनंदन हे मूळचे विदर्भातले. त्यांचे पूर्वज मुरारी पंडित हे मूळचे बीडचे. पुढे सिंदखेडे येथे ते स्थायिक झाले. ते थोर गणपतिभक्त होते. मोरगावी त्यांनी श्री गणेशाची तपश्चर्यापूर्वक उपासना केली तेव्हा गणेशाने प्रसन्न होऊन त्यांना शिंदखेडी जाऊन अलिप्तपणे संसार करण्याचा आदेश दिला. त्या आदेशानुसार सिंदखेडला जाऊन एक गणेश मंदिर बांधले.

गोसावीनंदनांनी गोपाळाश्रम या थोर योगी पुरुषांचे शिष्यत्व पत्करले. गोसावी नंदनांची कुलदेवता रेणुकादेवी. पण त्यांचे उपास्य दैवत श्रीगणेश होते. उत्तर आयुष्यात त्यांनी यात्रा केल्या. अति वृद्ध झाल्यावर त्यांची दृष्टी गेली. भोजनापूर्वी ते स्वत: गणपतीला दुर्वा समर्पण करायचे. गोसावीनंदन हे गृहस्थाश्रमी होते. त्यांच्या मुलींचा वंश आजही विदर्भात नांदत आहे. त्यांचा समाधिशक उपलब्ध नाही, पण त्यांची पुण्यतिथी फाल्गुन शु. ५ ला येते. त्यांची समाधी श्रीक्षेत्र पैठणजवळ कासवन येथे असून ती गोदेच्या दक्षिण तीरावर श्रीनाथांच्या समाधिरेषेत आहे. त्यांचा काव्यसंग्रह खूप मोठा आहे. 'ज्ञानमोदक', 'सीतास्वयंवर', या ग्रंथानंतर अभंग, अष्टके, पदे, आरत्या असे विपुल साहित्य आहे. त्यांच्या लेखनशैलीवर 'ज्ञानदेवी' व 'दासबोध' या ग्रंथांचा स्पष्ट प्रभाव आहे.

– निरंजनदास बल्लाळ –

निरंजनदास बल्लाळ हे गणेशभक्त असून ते 'गणेशगीते'चे टीकाकार म्हणून प्रसिद्ध आहेत. निरंजनदास हे निरंजन स्वामी कऱ्हाडकर यांचे शिष्य. हे मूळचे बीडचे. त्यांना दोन बायका होत्या. त्या दोघीही निवर्तल्यावर त्यांना संसारापासून विरक्ती आली आणि ते बाळाजीपंत देव यांच्याकडे आले. 'संसार न लगे' म्हणून तुम्हांला शरण आलो, असं सांगितले. तेव्हा बाळाजीपंत देवांनी यांना पोटाशी धरून बोध केला. विरक्तीची परीक्षा बघण्यासाठी अंगावरील वस्त्रे, अलंकार इ. ब्राह्मणाला दे, असे सांगताच त्यांनी ती तात्काळ काढून दिली. श्वशुरगृही जाऊन, सोयऱ्या धायऱ्यांकडे भिक्षावृत्तीने जायला

सांगितले. त्यानुसार निरंजनदास गेले. मिळालेले धान्य निरंजनस्वामींपुढे आणून ओतले. स्वामींनी शिष्याला आशीर्वाद दिले की, 'शिक्षण न घेताच तुला संस्कृताचे ज्ञान होईल,' आणि गणेशपुराणावर टीका करण्याची आज्ञा केली. नाव बल्लाळदेव ठेवले. लग्न करून दिले. एक मुलगा झाला. हा मुलगा अपूर्व कीर्तन करू लागला. स्वतःला 'निरंजनदास' म्हणवू लागला. गुरु आज्ञेवरून लिहिलेली गणेशटीका प्रासादिक आहे. शके १६५१ ज्येष्ठ वद्य चतुर्थीला ग्रंथ पूर्ण झाला. ग्रंथ पूर्ण करताना देवापाशी मागणे मागितले.

'तरी सद्गुरु गजानन। वाग्यज्ञें सुखसंपन्न।
होऊन द्यावें दान प्रसन्न। मज होऊनिया।।
दुष्टांचें दुष्टपण मोडो । अंतरीं सद्भाव जडो ।
परस्परें प्रीति घडो । अभिमान उडो सरळ हा ।।
ब्रह्मानंदें सकळ सृष्टि । हे लावो ही अमृतवृष्टि ।
जीव भवसंकटीं । न पडोत कोणी ।।
नित्य नूतन महामंगळीं । नांदा आनंदकल्लोळीं ।
भगवद्द्वारे सर्व काळीं । बल्लाळ देव म्हणे ।।'

– निरंजनस्वामी कऱ्हाडकर –

(शके १५५९ ते १६४९) इ. स. १६३७ ते १७१७ कऱ्हाड येथील पाठक घराण्यात यांचा जन्म झाला. यांच्या आईंचे नांव कृष्णाबाई व वडिलांचे नांव नरसिंह. माघ शु. ४ शके १५५९ या दिवशी गणेशजयंतीच्या शुभमुहूर्तावर यांचा जन्म झाला. बालपणापासून यांना गणेशभक्तीचे वेड होते. तपश्चर्या करून त्यांनी गणेशकृपा संपादन केली. अत्यंत शुद्ध चारित्र्यामुळे लोक त्यांना 'देव' म्हणू लागले. पैठणचे काशीराजस्वामी हे त्यांचे गुरु. ते गृहस्थाश्रमी होते. त्यांना अनेक अपत्ये झाली. त्यापैकी रत्नाकर नावाचा पुत्र वाचला. याचा नातू भगवंत याने आपल्या आजोबांचे चरित्र लिहून ठेवले आहे.

यांनी निष्कांचन अवस्थेत यात्रा केली, अनेक गणेशक्षेत्रांचे दर्शन घेतले. अनेकांना गणेशउपासनेची दीक्षा दिली. पंढरपूर मुक्कामी शके १६१४ (इ.स. १६९२) मध्ये 'गणेशगीते' वर टीका लिहिली. गणेशभक्तीवर स्फुट काव्ये लिहिली.

'अमलाश्रमा क्षेत्र' या नावाने गाणपत्यांत प्रसिद्ध असलेल्या नामलगावी निरंजनस्वामी, त्यांचा मुलगा व नातू, यांची समाधिस्थाने आहेत. या स्थानांची व्यवस्था त्यांच्या वंशजाकडेच आहे.

– मोरया गोसावी –

गाणपत्य संप्रदायातील श्रेष्ठ पुरुष म्हणजे मोरया गोसावी. (इ.स. १३८५ ते १४७१). कर्नाटकातील शाली हे त्यांचे गाव. यांच्या वडिलांचे नांव वामनभट्ट व आईचे नांव पार्वतीबाई होते. यांचे उपनाव शालिग्राम असले तरी पुढे या घराण्यात अनेक सिद्ध पुरुष झाल्यामुळे देव या नावाने हे घराणे नावारूपाला आले. वामनभट्ट गणेशोपासक होते. वयाची पन्नाशी उलटली तरी त्यांना संतानप्राप्ती झाली नाही. मग ते मोरगावच्या गणेशासान्निध येऊन राहिले व गणेशाला साकडे घातले. वामनभट्टांच्या या उपासनेमुळे त्यांना पुत्रप्राप्ती झाली. त्यांनी मुलाचे नांव मोरया ठेवले. शुद्धचरित्र व सत्वगुणसंपन्न अशा मात्यापित्यांच्या सहवासात मोरया वाढला. वयाच्या आठव्या वर्षी मौंजीबंधन झाले. बालपणीच वेदाध्ययन पूर्ण केले. नंतर योगिराज या सद्‌गुरूंच्या उपदेशावरून मोरयाने थेऊर येथे कडक तपश्चर्या केली. सतत बेचाळीस दिवसांच्या अखंड नामस्मरणानंतर गणपतीने मोरयाला दृष्टान्त दिला.

इतकी सेवा केली की, तेथील ओट्यावर झोपावे, आपल्या रोमाने – रंध्राने त्या गणेशाचे नाव गावे, श्री गणेशाचे स्तवन करावे. मनात नित्य गणेशाची मूर्ती, बुद्धीला प्रेरणा गणेशाची, चित्तात गोडी गणेशाची, भावभक्तीही गणेशाची, लोकात नाव प्रसृत करावे तेही गणेशाचेच! गणेशाच्या कृपेने मोरया गोसावींची वृत्ती गणेशमय झाली. अर्थातच गणेशाने दर्शन दिले आणि जीवन कृतार्थ झाले. नंतर ते मोरगांवी परतले आणि उर्वरित आयुष्य लोकसेवेत घालविले. वृद्ध मातापित्यांच्या देहावसानानंतर त्यांनी मोरगाव सोडून चिंचवड येथे वास्तव्य केले. या वास्तव्यात त्यांनी गोविंदराव कुलकर्णी यांच्या उमा या कन्येशी विवाह करून गृहस्थाश्रमाला सुरुवात केली. पुत्रप्राप्ती झाली. नाव ठेवले चिंतामणी.

मोरया गोसावी प्रत्येक चतुर्थीला मोरगावच्या गणपतीच्या दर्शनाला जायचे. पण एक दिवस मंगलमूर्तीने स्वप्नात येऊन सांगितले की, ‘तू एवढ्या दूर येऊ नकोस. कऱ्हा नदीत मी आहे, तिथून मला बाहेर काढ व आपल्या घरी घेऊन जा’. दृष्टान्तानुसार त्यांनी ती मूर्ती कऱ्हा नदीतून काढून आपल्या चिंचवडच्या घरी तिची स्थापना केली. पुढे मोरया गोसावी यांच्या साधुत्वाची कीर्ती दूरवर पसरली. लोकांची त्यांच्या दर्शनासाठी गर्दी होऊ लागली.

मोरया गोसावी यांनी आपल्या वयाच्या ८६ व्या वर्षी, मार्गशीर्ष वद्य षष्ठी शके १४७१ चिंचवड येथे संपन्न होतो. सुमारे ५० सहस्र भक्त दर्शन नि महाप्रसादासाठी

उपस्थित असतात. मोरया गोसावी यांची प्रासादिक पदे प्रसिद्ध आहेत. आजही ही पदे गणेशक्षेत्रात गायिली जातात.

तुजवीण कोण आम्हां आहे रे मोरया ।
तुझिया भेटीची बहु आस रे मोरया ।।
देखिता तुज बहु दिवस झाले रे मोरया ।
रात्रंदिवस वाट तुझी पाहे रे मोरया ।।
जन्मोजन्मीचा तुझा दास रे मोरया ।
एक वेळ कृपादृष्टि पाहे रे मोरया ।।
धेनु वत्सालागी जैसी मोहे रे मोरया ।
तैसा वेगी येई तू लवलाही रे मोरया ।।

– चिंतामणी गोसावी –

नांदेडजवळील त्रिकुट या गणेशस्थानाच्या पुजाऱ्याचा रामानंद स्वामी हा मूळ पुरुष होता. हा महान गाणपत्य, साक्षात्कारी व अधिकारी सत्पुरुष होता. त्यांचे वंशज चिंतामण गोसावीही महान गाणपत्य व अधिकारी सत्पुरुष होते. रघुजी भोसले यांनी चिंतामण गोसावी यांना त्रिकूट देवस्थानच्या पूजे–अर्चेसाठी त्रिकूट हे गाव जहागीर दिले. चिंतामणी गोसावी नि:स्पृह वृत्तीचे असल्यामुळे त्यांनी जहागीर, देणग्या, इनामे नाकारली. तेव्हा रघुजी भोसले यांनी त्यांच्या पत्नीची समजूत घालून आपल्याजवळची जहागिरी स्वीकारण्यास भाग पाडले. पुढील काळात पेशवे व भोसले यांच्याकडून वर्षासने मिळत गेली.

त्रिकुटकर जहागिरदाराचे घरी, ब्रह्मपुरीत, गणेशाच्या शेंदुरचर्चित मूर्तीची स्थापना केलेली आहे. ती मूर्ती रामानंदस्वामी किंवा चिंतामण गोसावी यांच्या हातची असावी. त्रिकूटक्षेत्री गंगेच्या काठी चिंतामण गोसावी यांची समाधी आहे.

– यदु माणिक –

यदु माणिक मूळचे नेवाशाचे. नेवाशाची म्हाळसा ही यांची कुळदेवता. त्यांच्या नावातील 'माणिक' हा शब्द कैलासलेण्यातील 'माणिकेश्वर' या शिवस्थानाचे संक्षिप्त रूप आहे. या माणिकेश्वराच्याच कृपेने आपण ग्रंथरचना केली ही त्यांची श्रद्धा. गणेशपुराणातील 'सिंदूराख्यान' व 'गणेशगीता' या भागांवर मराठीत 'संजीवनी' नावाची टीका यदु माणिक

यांनी लिहिली. त्यांनी अजंठ्याजवळील रुद्रेश्वर येथे गणेशाची उपासना केली आणि आपल्या तपाने गणेशाला प्रसन्न केले. याने आपली ही टीका खड्गदूर्णा नदीच्या काठी येळूर (वेरूळ) प्रांतात नागपूर येथे शके १६४७ मध्ये पूर्ण केली.

यदु माणिकाची तपोभूमी रूद्रेश्वर हे स्थान अंजिठा लेण्यांपासून ८ मैलांवर पश्चिमेस डोंगराच्या अर्ध्या भागावर आहे. हे स्थान लेण्याप्रमाणे डोंगरात खोदलेले असून अत्यंत एकांतपूर्ण आणि रम्य आहे. तेथे ४-५ (१-१।।)फूट रुंदीची ६-७ (२-२।।) फूट उंचीची गणेशाची भव्य मूर्ती आहे.

ताम्रांचे किंवा म्लेच्छांचे अभ्युत्थान हे यदु माणिकांच्या मते कलीचे प्रमुख वैशिष्ट्य आहे. गणेश शस्त्रसिद्ध होऊन कलीचे विध्वंसन करील आणि कृतयुगाचे पुन्हा अवतरण घडेल, अशी भविष्यवाणी आपल्या ग्रंथाच्या अखेरीस व्यक्त करून यदु माणिक म्हणतात.

'म्लेंछसंभूत जे जे लोक। म्लेंच्छ धर्ममय सर्व जन।
होईल बहुपुण्यपावन। उडेल कळीचे अधिष्ठान।
लागेल पावन कृतयुग।।'

गाणपत्य संप्रदायाचे सप्तर्षी

– गणक ऋषी –

गणकविद्या ज्यांनी निर्माण केली, ते गणक ऋषी होत. यांनी गण निर्माण केले आणि ॐ काररूप 'ग' निर्माण केला, आपल्याला गणेशाची उपासना सांगितली. 'ग' काराला इतके महत्त्व देणारा, गणाच्या रूपाने गणपतीला प्रकट करणारा, हा गणकऋषी आहे. 'गणेशविद्या' हे आमचे मूळचे वैदिक ध्वन्यात्मक लेखनाचे शास्त्र आहे. सर्वमूलसर्वाधार सर्वव्यापी नादब्रह्माचे स्फोटापासून वैखरीपर्यंतचे प्रकटीकरण सांगणारे वैदिक ध्वनिशास्त्र तितकीच साक्षेपी तर्काधिष्ठित माहेश्वरी वर्णलेखनविद्या, यांचा गाभा आपल्या 'गणपती अथर्वशीर्षात' आहे. केवळ उदाहरण म्हणून गणेशबीजाक्षर जो 'गँ'कार त्याचे साक्षेपी वर्णन अथर्वशीर्षात मुद्दाम दाखवून ठेवले आहे आणि या सर्वांचा प्रवर्तक गणक ऋषी आहे. गणकाने सांगितलेला प्रणवरूप एकाक्षर मंत्र खालीलप्रमाणे आहे.

अस्य श्री प्रणवरूप एकाक्षर मंत्रस्य । ब्रह्मा ऋषिः ।
अनुष्टुप् छंदः। एकाक्षरो देवता ।
अकारो बीजम् । उकारः शक्तिः। मकारः कीलकम् ।
सर्वाभीष्टसिद्ध्यर्थे जपे विनियोगः। अथ न्यासः।
अकारः अंगुष्ठाभ्यां नमः। हृदयाय नमः ।।
उकारः तर्जनीभ्यां नमः । शिरसे नमः ।।
मकारो मध्यमाभ्यां नमः । शिखायै वषट्।।
अकारः अनामिकाभ्यां नमः । कवचाय हुं ।।
उकारःकनिष्ठाकाभ्यां नमः। नेत्रत्रयाय वौषट् ।।
मकारः करतलकरपृष्ठाभ्यां नमः। अस्त्राय फट्।।
ध्यानम् गणेशं प्रथमाधीशं निर्गुणं सगुणं शिवम् ।।
योगिनो उत्पदं यान्ति तं गौरीनन्दनं भजेत् ।।
मंत्र – 'ॐ गं ॐ !'

– गृत्समद ऋषी –

हे गाणपत्य संप्रदायाचे प्रवर्तक ऋषी आहेत. हे वैदिक ऋषी असून ऐतरेय ब्राह्मण आणि ऐतरेय ब्राह्मणकमध्ये यांचा निर्देश आहे. अंगीरस कुलोत्पन्न शुनहोत्र ऋषींचा हा पुत्र होता. उत्तरकाळात तेच 'भार्गव' बनले असावेत. गुत्समदाला तपश्चर्येने इंद्रसदृश कांती प्राप्त झाल्याच्या आख्यायिका ऋग्वेदात आहेत. या वैदिक संदर्भाव्यतिरिक्त गुत्समदाचे पौराणिक चरित्र गणेशपुराणाच्या उपासना खंडात आहे.

– भ्रूशुंडी ऋषी –

प्रसिद्ध दंडकारण्याच्या प्रदेशात नंदुर नावाचे एक खेडे होते. तेथे नामा नावाचा एक कैवर्तक (कोळी) राहात असे. कुसंगतीने हा पार बिघडून गेला होता. लहानमोठ्या चोऱ्या करून हा मौजमजा करीत होता. याचा साऱ्या गावाला उपद्रव होऊ लागल्यामुळे गावकऱ्यांनी याला याच्या घरासह गावाबाहेर हाकलून दिले. एकदा कोणाच्या तरी मागे धावत असता पळताना तो एका खड्ड्यात पडला. दुखावलेल्या पायाने थकला भागलेला एका सरोवरात उतरला. स्नान करून परतताना एका ध्यानस्थ मुनींवर शस्त्र घेऊन धावला. पण एकाएकी शस्त्र हातातून गळून पडले. त्यालाच आश्चर्य वाटले. तेव्हा ते मुनी म्हणाले,

"ज्या सरोवरात तू स्नान केलेस ते गणपतितीर्थ आहे. गणपतिमहामंत्राचा जप करणारा मी मुद्‍गल आहे."

हे कानी पडताच या नामा कोळ्याची वृत्ती पालटली. याने आपण कोण आहोत ते मुद्‍गलमुनींना सांगून आपला उद्धार करावा अशी विनंती केली. मुद्‍गलाने त्याला 'गणेशाय नम:' हा नाममंत्र दिला. त्याच्या पुढ्यात एक काठी रोवून सांगितले की, 'या काठीला अंकुर फुटेपर्यंत या मंत्राचा जप करत रहा. मी परत येईपर्यंत अशी उपासना कर.' असे सांगून मुनी निघून गेले. मुनींच्या आदेशानुसार हा कोळी त्याच झाडाखाली ठाण मांडून बसला. दिवस, महिने, वर्षे लोटली. कित्येक वर्षांनंतर या काठीला अंकुर फुटला. पण त्यावेळी या कोळ्याच्या अंगावर इतक्या वेलीची जाळी आणि वारूळ चढले होते की हा कोळी दिसत नव्हता.

फिरत फिरत महामुनी मुद्‍गल तिथे आले. त्यांनी या कोळ्याला बाहेर काढून त्याच्यावर आपल्या कमंडलूतील मंत्रोदक शिंपडताच याचा देह दिव्य झाला. मुद्‍गल मुनींना याच्या भ्रुकुटींच्यामध्ये शुंडा (सोंड) आलेली दिसली. मुद्‍गुलांनी याला महाप्रभावी असा एकाक्षरी मंत्र देऊन आशीर्वाद दिला, असे सांगितले की, "इत:पर तुझे नांव 'भ्रूशुंडी' असे समज. या नावाने तू लोकांत प्रख्यात होशील. तुझ्या दर्शनाने लोक पुण्यवान होतील." असे सांगून मुद्‍गल निघून गेले.

त्यानंतर त्या एकाक्षरी मंत्राचा निष्ठापूर्वक जप व गणेशाची उपासना करीत असता भ्रूशुंडीला गणेशाने साक्षात दर्शन दिले. सरूपता म्हणजे जिवंत असता गणेशाशी तल्लीनता, ही गती दिली. भ्रूशुंडीने गणेशउपासनेचा प्रसार केला. त्यामुळे गाणपत्य संप्रदायात याचे स्थान अति श्रेष्ठ मानले जाते. याच्या तपश्चर्येच्या स्थानाला 'अमलाश्रम क्षेत्र' म्हणून प्रसिद्धी मिळाली. श्री गणेशाच्या एकवीस महाक्षेत्रांत त्याची गणती केली जाते.

– मुद्‍गल ऋषी –

मुद्‍गल ऋषी म्हणजे गणपतिभक्तांचा शिरोमणी. यांना गाणपत्य संप्रदायात फार मोठा मान आहे. त्यांनी गणेशविषयक मृद्‍गल पुराण लिहिले. या पुराणात त्यांनी आपले चरित्र दक्षाला सांगितले.

घरातील कुलसंस्कारांमुळे यांना लहानपणापासून नित्यकर्मानुष्ठानाची आवड निर्माण झाली. मोठेपणी यांनी तपश्चर्येला सुरूवात केली. प्रथम पाच दिवस, नंतर दहा दिवस उपोषण केले. उपोषणानंतर शेतकऱ्याने टाकून दिलेले अन्नकण खायचे. ते कण गोळा करून फक्त द्रोणभर शिजवून खायचे. अशा प्रकारे त्यांनी पाच तपांची आवर्तने केली. त्या तपाने त्यांच्या अंगी, ऋषीला आवश्यक असे शमदमादी गुण आले. यांची

परीक्षा घेण्यासाठी महातामसी दुर्वास ऋषी आले. दुर्वास नेमके यांच्या उपवासाच्या पारण्याच्या दिवशी अतिथी म्हणून आले. 'मी भुकेला आहे, मला अन्न दे' अशी उन्मत्तपणे मागणी करू लागले. मुद्‌गलांनी स्वत:साठी तयार केलेला द्रोणभर आहार शांतपणे अतिथीला खाऊ घातला, परत आपल्या तपाला लागले. हीच गोष्ट सहा वेळा घडली आणि मुद्‌गलांना तीन महिने अन्नविरहित राहावे लागले. असे असूनही मुद्‌गलांच्या चित्ताची शांती ढळली नाही. हे पाहून दुर्वास संतुष्ट झाले आणि म्हणाले, ''तुझ्या या वृत्तीने मी संतुष्ट झालो आहे. तुझ्या या तपाने तू स्वर्गही जिंकला आहेस. त्या स्वर्गात तू सर्व सुखांचा उपभोग घे!''

स्वर्गाहून देवेंद्राने आपल्या दूताला विमान देऊन मुद्‌गलांना नेण्यासाठी पाठविले असता मुद्‌गलांनी विचारले, ''त्या स्वर्गात गुण कोणते, दोष कोणते आहेत? मला अगोदर सांग.''

देवदूत म्हणाला, ''ऋषे, स्वर्ग ही भोगभूमी आहे. मृत्युलोक ही कर्मभूमी आहे.'' मुद्‌गलांनी पुन्हा विचारले. 'दोष नसलेली स्थाने कोणती? आणि ती कशाने प्राप्त होतील?' दूताने तिन्ही लोकांची माहिती सांगितली. ब्रह्मीभूत होण्यासाठी भूलोक योग्य असल्याचे सांगितले. भूलोकात कर्मे करून मनुष्य सायुज्य प्राप्त करू शकतो असेही सांगितले. यावर मुद्‌गलांनी सांगितले की, ''मला स्वर्गलोकाची इच्छा नाही. तू आलास तसा परत जा.'' यावरून मुद्‌गलांची नि:स्पृहवृत्ती व थोरवी समजते.

यानंतर मुद्‌गल ऋषी ब्रह्मज्ञान प्राप्त करून घेण्यासाठी स्वगोत्रपूर्वज अंगिराऋषींच्या आश्रमात गेले. त्यांच्याकडे योग ज्ञानाची नम्रपणे मागणी केली. विशेष आग्रहानंतर अंगिरा ऋषींनी ब्रह्मज्ञानाचा बोध करून गणेशाचे ध्यान करायला सांगितले. ''गणेश हाच ब्रह्मणस्पति आहे. त्याच्या उपासनेने तू ब्रह्मस्वरूप होशील'' असे सांगून गणेशावताराविषयी कथन केले. गणेशाला प्रसन्न करण्यासाठी एकाक्षर मंत्र दिला, आशीर्वाद दिला. या मंत्राने मुद्‌गलऋषींनी गणेशाची आराधना करून गणेशाला प्रसन्न केले. गणेशाने त्यांना साक्षात दर्शन देऊन वर मागायला सांगितले.यांनी केवळ ''तुझी भक्ती दे'' हेच मागणे मागितले. प्रसन्न होऊन गणेशाने यांना यथासांग भक्ती दिली. तेव्हापासून मुद्‌गलऋषी केवळ गणेशभक्तीत तल्लीन राहून स्वानंदसुखाचा अनुभव घेऊ लागले. यांनी गणेशपुराण लिहून भ्रूशुंडीसारख्या शिष्याला तयार केले.

– शौनक ऋषी –

शौनक ऋषी म्हणजे गृत्समदाचा पौत्र आणि शुनक ऋषींचा मुलगा. यांच्यापासून चारी वर्णांची संतती निर्माण झाली. यांनी ऋग्वेदावर अनेक ग्रंथ लिहिले. त्यामुळे

ऋग्वेदातील अन्वयार्थ लावण्यासाठी आणि अनेक विषयांची सूची मिळविण्यासाठी यांचे ग्रंथ प्रमाणभूत ठरले. शौनकांच्या गणेशभक्तीचा स्पष्ट संदर्भ मिळत नाही. भागवत महापुराण प्राधान्याने शौनक-सूत संवाद आहे, पण त्यात स्वतंत्र गणेशोपासना आहे.

– सनकऋषी –

भृगुकुलातील एक ऋषी 'सनकसंहिता' या ग्रंथाचे कर्ते. महाभारतातील सनत्सुजातीय पर्वात यांनी धृतराष्ट्राला सदाचारधर्माचा उपदेश केला आहे. परमात्म्याच्या स्वरूपाचे व योगिजनांना होणाऱ्या साक्षात्काराचे प्रतिपादन यात आले आहे.

– सनंदन ऋषी –

भगवंताच्या २४ अवतारांपैकी प्रथम /सनक, सनंदन, सनातन आणि सनत्कुमार अशी चार रूपे भगवंताने धारण केली.

□□□

संदर्भग्रंथ

(१) अभ्यंकर शं. वा. – विद्यावाचस्पति – भक्तिकोश – भारतीय संत (द्वितीय खंड), भारतीय संप्रदाय (तृतीय खंड)

(२) भट नम्रता प्रा. (संपा.) – वार्षिक 'त्रिदल' – साधुसंत विशेषांक